கண்ணதாசன் கவிதைகள்

தொகுதி 5

கவிஞர்

கண்ணதாசன்

கண்ணதாசன் பதிப்பகம்

23, கண்ணதாசன் சாலை,
தியாகராய நகர், சென்னை - 600 017.
போன் : 2433 2682

கிளைகள்: மதுரை ❖ பாண்டி ❖ கோவை ❖ வேலூர்

முதல் பதினெட்டு பதிப்புகள் - வானதி பதிப்பகம்
கண்ணதாசன் பதிப்பக வெளியீடு
முதற் பதிப்பு : ஜனவரி 2012
இரண்டாம் பதிப்பு : ஏப்ரல் 2013
நான்காம் பதிப்பு : ஜூன் 2018
ஐந்தாம் பதிப்பு : டிசம்பர் 2021

Copyright © 2010 - **Kannadhasan Pathippagham.** All Rights Reserved.

E-mail: sales@kannadasan.co.in
Our Website: www.kannadasan.co.in

பதிப்பாசிரியர்: காந்தி கண்ணதாசன்

எச்சரிக்கை

காப்பிரைட் சட்டத்தின் கீழ் பதிவு பெற்றுள்ள இந்நூலில் இருந்து எப்பகுதியையும் முன் அனுமதியின்றிப் பிரசுரிக்கக் கூடாது. தவறினால் சிவில், கிரிமினல் சட்டங்களின்படி நடவடிக்கை எடுக்கப்படும்.

காந்தி கண்ணதாசன் பி.ஏ., பி.எல்.,

Copyright Warning: No Part of this book may be reproduced or transmitted in any form or by any means electronic or mechanical including photocopying or recording or by any information storage and retrieval system without permission in writting from **Gandhi Kannadhasan** B.A. BL. Chennai.

Price ₹ 110

"KANNADHASAN KAVITHAIGAL" - Tamil - Part V
Selected Poems of Poet Laureate KANNADHASAN

Written By : Poet Laureate **KANNADHASAN**
Fifth Edition : December, 2021
Publishing Editor : **GANDHI KANNADHASAN**
Published By : **KANNADHASAN PATHIPPAGHAM**
23, Kannadhasan Salai
Thiyagaraya Nagar. **Chennai 600 017**
Ph: 044-24332682 / 8712

ISBN: 978-81-8402-624-5

Our Branches : No:1212, Range Gowder Street,
Coimbatore 641 001. Ph. 0422-4980023

1, Annai Complex, III Street, Vasantha Nagar,
Madurai 625 003. Ph. 0452-4243793

37 Bharathy Street, **Puducherry 605001**
Ph. 0413-4201202

Printed at: Vasan Print Mfg Co, Ch - 14

தலைவாசல்

அடியேன் கவிதைகள் ஐந்தாம் தொகுதி
அழகிய அமைப்பில் அளித்தது வானதி!
தொடரும் கவிதைச் சுடர்களைத் தினமும்
எழுதிக் குவிப்பதே என்பணி ஆனது!
வாரம் ஒன்றினை வடித்தது 'குமுதம்.
மேலும் சிலநாள் வெவ்வே றளவில்
மலைநாட் டகத்திலும் மக்களிற் சிறந்தோர்
வாழும் சிங்கப் பூரிலும் வடித்தேன்!
தாய்லாந் திலும்நான் தழுவிய பெண்ணைக்
கம்பன் விருத்தக் கவிதையில் உரைத்தேன்!
தனியொரு மனிதனைத் தலையில் தூக்கி
ஆடும்கவி இதில் அதிகம் இல்லை!

ஒன்றோ இரண்டோ உள்ளன எனினும்
நன்கு செய்தாரையே நலமுறப் பாடினேன்!
இன்னும் எழுத எண்ணங்கள் அதிகம்!
எதிர்கா லத்தில் இறைவன் அருளுவான்!
வழக்கம் போலவே வானதிப் பதிப்பகம்
நன்கு படைத்தது நன்றியைச் சொன்னேன்!
சேர்த்து வைத்துத் திறம்படத் தொகுத்த
தம்பி கண்ணப்பன் தனக்கும் நன்றி!
படித்தோர் பெற்ற பயனை எழுதினால்
அடுத்தோர் நூலை ஆக்குவேன்; நன்றி!

அன்பன்
கண்ணதாசன்

'விசாலாட்சி இல்லம்'
16, ஹென்ஸ்மென் ரோடு,
தி. நகர், சென்னை - 17
23-8-72

ஐந்தொகை

பகுதி : ஒன்று

1. மனிதரைப் பாட மாட்டேன் — 11
2. மாதரைப் பாடு மனமே ! — 15
3. கலியுகம் முடியும் நேரம் — 18
4. திருக்கோயில் கட்டி வைப்பேன் — 22
5. தன்னிரக்கம் — 26
6. வெள்ளி விழா — 30
7. என்ன விதியோ ?... — 35
8. தனி வழிப் பயணம் — 36
9. சில ஐயங்கள் — 39
10. இறைவனை எழுப்புங்கள் ! — 43
11. இன்று நீ நாளை நீ என்றும் நீ என்றிரு — 48
12. ஏக்கம் எதற்கு ? — 50
13. காலக் கணிதம் — 53

14.	சிலந்தி வலை	55
15.	கண்ணா அருள்வாய்	57
16.	நினைக்கத் தெரிந்த மனமே...	59
17.	பாவ மன்னிப்பு	63
18.	ஒரு கனவு	65
19.	அழுவதில் சுகம்	69
20.	தேய்ந்த நிலவுகள்	73
21.	அரங்கேறும் சொற்கள்	76
22.	என் பரந்தாமன்	78
23.	அவனைத் தூங்க விடுங்கள்	82
24.	கம்ப சூத்திரம்	87
25.	எனது பாரத தேசமே !	89
26.	அள்ளித் தா !...	92

பகுதி : இரண்டு

27	ரோஜா இனிமேல் ?...	95
28.	மெய்யும் பொய்யும்	98
29.	பாரதப் பூச்செண்டு	101
30.	கருணை மகன்	103
31.	நாடு பகைவர்க்கோ ?...	109
32.	எழுக பாரதம்	115
33.	கைவிட்டாரே !...	117

பகுதி : மூன்று

34.	பினாங்கு கண்டேன்	127
35.	கிள்ளான்	128
36.	முருகா !	129
37.	வேலன்	130
38.	மலையாண்டி	131
39.	தெண்டாயுதபாணி	133
40.	கொண்டாடு ! கொண்டாடு !	135
41.	மலைநாடு - ஒரு வீடு !	137
42.	அழகிய சிங்கபுரம்	138
43.	தாய்லாந்துக் கிளிகள்	141

பகுதி : நான்கு

44.	கீதமே வேதம் !	145
45.	அன்னை விசாலாட்சி	152
46.	கம்பர் விழா	160
47.	கூட்டல்	175

பகுதி : ஐந்து

48.	நான் கவிஞன்	186
49.	சொன்னபடி தூங்கி விட்டான் !	187

50.	பொதுமை காண்போம்	191
51.	கவி எழுதித் தொலைப்பதென்ன ?...	193
52.	வருகிறது வெள்ளி விழா	197
53.	அவர்களை வாழவிடுங்கள்	200
54.	வாழிய மனையறம்!	203
55.	இந்தியா இந்திராவே !	205
56.	இந்த மனிதனை அழையுங்கள் !	208
57.	மாநில சுயாட்சி !	210
58.	தாயகச் செல்வன்	211
59.	கம்பனுக்கு சடையப்பன்; எனக்கு ?...	213

பகுதி – ஒன்று

ஸ்ரீ கிருப

மனிதரைப் பாட மாட்டேன்

மானிடரைப் பாடிஅவர்
மாறியதும் ஏசுவதென்
வாடிக்கை யான பதிகம்
மலையளவு தூக்கிஉடன்
வலிக்கும்வரை தாக்குவதில்
மனிதரில்நான் தெய்வ மிருகம்

நானிடறி வீழ்ந்த இடம்
நாலா யிரம்அதிலும்
நான்போட்ட முட்கள் பதியும்
நடைபாதை வணிகனென
நான்கூறி விற்றபொருள்
நல்லபொருள் இல்லை அதிகம்

ஊர்நெடுக என்பாட்டை
உளமுருகப் பாடுகையில்
ஓர்துயரம் என்னுள் வருமே!
உதவாத பாடல்பல
உணராதார் மேற்பாடி
ஓய்ந்தனையே பாழும் மனமே!

கவிஞர் கண்ணதாசன் கவிதைகள்

செப்பரிய தமிழ்ஞானச்
சிவஞானம் சொன்னமொழி
சிந்தையிடை வைத்து விட்டேன்
திருவாழும் மலர்கொண்டு
தேன்மாலை கட்டிஅதைத்
தெருக்கல்லில் சாத்த மாட்டேன்

வைப்பதொரு பூவேனும்
பொன்னேனும் மனங்கொண்டு
மறைசக்தி அடியில் வைப்பேன்
வானளவு வாழ்ந்தாலும்
மலையளவு தந்தாலும்
மனிதரைப் பாட மாட்டேன்

ஊனளவு பெரிதாநம்
உயிரளவு பெரிதாஎன்(று)
ஓராமல் வாழ்ந்த தினமே!
உதவாத பாடல்பல
உணராதார் மேற்பாடி
ஓய்ந்தனையே பாழும் மனமே!

✳ 13 ✳
ஐந்தாவது தொகுதி
✳

கடல்பாடி மலைபாடிக்
 காதலிளம் மங்கையரின்
  கன்னத்தின் அழகு பாடி
கனிபாடி மலர்பாடிக்
 காகுத்தன் வைதேகி
  கதையிலும் சிறிது பாடி

மடல்பாடி தூதோ(டு)
 உலாப்பாடி பிரபந்த
  வரிசையிலும் ஒன்று பாடி
மழைபாடி வெயில்பாடி
 வசந்தத்தின் இளங்காற்றில்
  மயல்கொள்ளும் வானம் பாடி

உடல்பாடி உடல்பெற்ற
 கடன்பாடி உலகத்தை
  ஓரா திருந்த தினமே!
உதவாத பாடல்பல
 உணராதார் மேற்பாடி
  ஓய்ந்தனையே பாழும் மனமே!

❋ 14 ❋

கவிஞர் கண்ணதாசன் கவிதைகள்

❋

ஜனநா யகம்என்னும்
சந்தைக்கு நான்தந்த
சரக்குகள் விற்க வில்லை
தமிழ்நா யகம்என்னும்
பெயரன்றி மற்றென்னைத்
தழுவுவார் யாரு மில்லை

இனநா யகம்சாதிப்
பணநா யகம்யாவும்
இயல்பாக வாழும் உலகில்
இருளூடு கண்கட்டித்
தருமத்தை நான்தேடி
இதுவரை காண வில்லை

வனவாசம் போனபின்
மனவாசம் அஞ்ஞாத
வாசத்தைத் தேடு மனமே!
மைதான விளையாட்டுப்
பொய்யென்று கவிபாடு
வருங்காலம் உணரும் மனமே!

மாதரைப் பாடு மனமே!

கோடிட்ட முந்தானை
   கொஞ்சிக் குழைந்தாடக்
      கோலமயில் போலவரு வாள்
   கொடியோடும் இடையாட
      இடையோடும் கனியாடக்
         குழல்மூடி ஆடிவரு வாள்

காடிட்ட வெண்பூக்கள்
   கடைவாயில் நின்றாடக்
      கண்ஜாடை நடனமிடு வாள்
   கட்டான திருமேனிப்
      பட்டாளம் கொண்டென்னைக்
         கைதாக்கிச் சிறையிலிடு வாள்

ஊடிட்டுக் கூடிட்டு
   உடலோடு சுவையிட்டு
      உறவாடும் வஞ்சி மயிலை
   உள்ளத்தின் உள்ளூறும்
      கள்ளோடு கவியாக்கி
         உயரத்தில் ஏற்று மனமே!

❋ 16 ❋

கவிஞர் கண்ணதாசன் கவிதைகள்

❋

வாராழி கலசங்கள்
தேரேறி வருகின்ற
வடிவங்கள் சொர்க்க மிலையோ
வைகாசிப் பிறைபோலக்
கைவீசி நடமாடும்
மஞ்ஞைகள் தெய்வ மிலையோ

நீராழி அலைசாய
நிலையான தவஞானம்
நிகழ்கின்ற உலக மிலையோ
நிழல்தேயு மானாலும்
சுவைதேய மாட்டாது
நீள்கின்ற இரவு மிலையோ

ஓராழி அளவாக
உலகத்தின் கதைசொல்லி
உறவாடும் கன்னி மயிலை
உள்ளத்தின் உள்ளூறும்
கள்ளோடு கவியாக்கி
உயரத்தில் ஏற்று மனமே!

✱ 17 ✱
ஐந்தாவது தொகுதி
✱

விதியென்ற படுபாவி
 விடைகேட்டு வாவென்று
  விடுகின்ற கடிதம் வருமுன்
 விழிசாய்ந்து குழிபாய்ந்து
  மெய்சோர்ந்து கைசோர்ந்து
   மெத்தைக்கு மேனி தருமுன்

நதியென்ற உடல்கொண்டு
 மதியென்ற இளமங்கை
  நலமுண்ண ஆசை பெறுவேன்
 நன்றான பெண்ணொன்று
  எங்கேனும் உண்டென்றால்
   நான்கண்டு பாடல் தருவேன்

உதிரத்தின் அணுவோடு
 உயிர்க்கால்கள் பாய்ந்தோட
  உறவாடும் வஞ்சி மயிலை
 உள்ளத்தின் உள்ளூறும்
  கள்ளோடு கவியாக்கி
   உயரத்தில் ஏற்று மனமே!

கலியுகம் முடியும் நேரம்

அறிவுடைய மனிதர்களும்
அகந்தையெனும் தேரேறி
ஆதிக்கம் செய்யும் நேரம்
அன்புடைய நங்கையரும்
அகமுடைய நாயகனை
அடிமைபோல் எண்ணும் நேரம்

கறையுடைய நெஞ்சினரும்
திறனுடைய கவிஞர்களைக்
காலால் உதைக்கும் நேரம்
கடல்பெருகி மழைபெருகிக்
காற்றுபுய லாகவரும்
கலியுகம் முடியும் நேரம்!

மறைவடிவத் திருவதன
மதனிலொரு செந்தூர
மணிகோர்த்த மஞ்சள் நிலவே!
மனிதகுலம் இடறிவிழ
மவுனமல ரானதொரு
மதுரைமீ னாட்சி உமையே!

✻ 19 ✻
ஐந்தாவது தொகுதி
✻

தருமநெறி பொய்த்ததெனத்
 தாயர்குலம் வாடுவது
  தாளாது பொங்கும் நேரம்
தடியுடைய முரடர்களும்
 படையுடைய தலைவர்களும்
  தலைதூக்கி நிற்கும் நேரம்

கருமவினை பொய்யாகிக்
 காலநெறி தவறாகிக்
  கருணைபறி போகும் நேரம்
கண்ணனவன் சொன்னபடி
 கண்ணெதிரில் வந்துவிடும்
  கலியுகம் முடியும் நேரம்!

மருவவரும் சொக்கனிடம்
 மையல்வர மானிடரை
  மறந்தபொன் வஞ்சி மயிலே!
வளைதவழும் ஓசையென
 மணியோசை ஓடவிடும்
  மதுரைமீ னாட்சி உமையே!

✳ 20 ✳
கவிஞர் கண்ணதாசன் கவிதைகள்
✳

படுவதொரு பாடுமனம்
பட்டபினம் கூறுவது
பலித்திடும் அந்த நேரம்
பாவலரைப் போற்றாத
காவலர்கள் யாவரையும்
பழிதீர்க்கும் அந்த நேரம்

கடுமனதும் கெடுமனதும்
கால்மாறித் தடுமாறிக்
கண்மூடி வீழும் நேரம்
கண்ணனவன் சொன்னபடி
கவிஞனிவன் கேட்டபடி
கலியுகம் முடியும் நேரம்!

வடிவுடைய திருவதன
மதனிலொரு செந்தூர
மணிகோர்த்த தங்க மயிலே!
மலர்களிடை மணம் வாங்கித்
தென்றல்வலம் வருகின்ற
மதுரைமீனாட்சி உமையே!

✱ 21 ✱
ஐந்தாவது தொகுதி
✱

கலியுக முடிவிலொரு
   புதியயுகம் வரும்நல்ல
      கவிதைகள் வாழ்ந்திருக்கும்
   கடல்வானம் தீநிலமும்
      காலமெல் லாமும் அதைக்
         கண்போலக் காத்து நிற்கும்

இலைபுதிது மலர்புதிது
எனுமாறு என்றென்றும்
   என்கவிதை ஓங்கிநிற்கும்;
இவ்வாண வம்அறிவு
   இல்லார்க்கும் வரும்போது
      இந்தயுகம் முடிந்து போகும்!

வலையிடையில் மீன்கள்விழ
   மாதர்விழி ஈடுசொல
      வளம்பாடும் வைகை யருகே
   மலர்களிடை மணம் வாங்கித்
      தென்றல்வலம் வருகின்ற
         மதுரைமீ னாட்சி உமையே!

திருக்கோயில் கட்டி வைப்பேன்

ஆடும்மழை மேகம்நதி
   ஆல்வளரும் காடுகளை
      ஆசையுடன் நோக்கு கின்றேன்
   ஆயதமி ழோசைவரப்
     பாடுவதில் ஆசைவர
       ஆனவரை பாடு கின்றேன்

கோடுகளில் ஏறியதில்
   குலவுபனிச் சாரலுடன்
      கொஞ்சிவிளை யாடு கின்றேன்
கூவுகுயில் கிள்ளைமயில்
   குக்குவெனும் வெண்புறவின்
      கூட்டத்தில் ஓடு கின்றேன்

கேடுசெயும் மானிடரைப்
   போலஅவை யில்லாமல்
      கேண்மைகொள வைத்த மயிலே!
கெண்டைகரை யேறிவரும்
   சிறுகூடற் பட்டிவளர்
      தங்கமலை யரசி உமையே!

✻ 23 ✻

ஐந்தாவது தொகுதி

✻

அந்தகனின் கண்ணொளியில்
சந்திரனும் சூரியனும்
வந்தவழி எந்த வழியோ?
அங்கமது பங்கமுற்றும்
சிங்கமதன் நெஞ்சுறுதி
பொங்குவதும் என்ன விதியோ?

தந்தியறுந் தோடியபின்
கைவிரல்கள் மீட்டவரும்
சங்கீதம் உந்தன் நிதியோ?
தாய்மடியில் ஆடுகையில்
வாய்நிறையப் பூங்கவிதை
தந்தவள்என் தெய்வ மிலையோ?

சிந்திவரும் மைத்துளியில்
சிந்துபயில் கின்றஎனை
சிங்காரம் செய்த கிளியே!
தென்னைபனை மாவளரும்
சிறுகூடற் பட்டிவளர்
செல்விமலை யரசி உமையே!

✳ 24 ✳
கவிஞர் கண்ணதாசன் கவிதைகள்
✳

பத்துவய தானதொரு
   பாலகன்உன் சந்நிதியில்
      பாடியதும் நினைவி லிலையோ?
பாதியிர வானதெனத்
   தாய்மனது வாடுகையில்
      பக்திசெய வந்த திலையோ?

'முத்து'என இட்டபெயர்
   முத்தாக வேண்டுமென
      முறையீடு செய்ய விலையோ?
முற்றாகக் கேட்டபினம்
   நற்றாய்நீ தந்ததமிழ்
      முறையாக வந்த திலையோ?

சக்தியென வந்தவள்
   விசாலாட்சி தேவியோடு
      சாத்தப்பன் பெற்ற மகனைத்
தமிழ்பாட வைத்ததொரு
   சிறுகூடற் பட்டிவளர்
      தங்கமலை யரசி உமையே!

❋ 25 ❋

ஐந்தாவது தொகுதி

❋

நல்லறிவை உந்தனருள்
தந்ததென எண்ணாமல்
நாத்திகம் பேசி நின்றேன்!
நடைபயிலும் சிறுவன்ஒரு
கடைவைத்த பாவனையில்
நாற்புறம் முழக்கி வந்தேன்!

கல்வியறி வற்றதொரு
பிள்ளையிடம் நீதந்த
கடலையும் வற்ற விட்டேன்!
கருணைமயி லேயுனது
நினைவுவரக் கண்டதன்பின்
கடலையும் மீறி நின்றேன்!

செல்வம்வரு மாயின்ஒரு
திருக்கோயில் கட்டியுனைச்
சேவிப்பேன் வண்ண மயிலே!
சிறுகூடற் பட்டியெனும்
சிறுவூரை ஆள்கின்ற
செல்விமலை யரசி உமையே!

தன்னிரக்கம்

தென்னைமர மீதிலே
   தேங்கா யிருப்பதே
      தெரியாத மனித னுண்டா?
செவ்வாய்க் கடுத்ததே
   புதனென்னும் உண்மையைத்
      தேராத உள்ள முண்டா?

பொன்னொளிரும் மாலையைப்
   பூனைக் களிக்கின்ற
      புத்தியறு ஜீவ னுண்டா?
புனுகையும் கைவண்டிக்
   களிம்பையும் ஒன்றென்று
      போற்றுமோர் பேதை யுண்டா?

தன்னினை வில்லாமல்
   தவழும்அம் மனிதனின்
      தடங்கண்டு கூறு தாயே!
தர்முடைய சிறுகூடற்
   பட்டியில் வதிகின்ற
      தலைவிமலை யரசி உமையே!

✻ 27 ✻
ஐந்தாவது தொகுதி
✻

வெற்றிபெறும் வேளையிற்
 களத்தைவிட் டோடிடும்
  வீரனைப் பார்த்த துண்டா?
விருதுவரும் நேரத்து
 விழிதுயில் கொண்டிடும்
  வேந்தனைக் கண்ட துண்டா?

பற்றுவது பற்றியே
 பாதைவழி போகாத
  பாவியும் மண்ணி லுண்டா?
பாதிநாள் போனபின்
 ஆதிநாள் போனதைப்
  படிக்குமோர் மூட னுண்டா?

குற்றமிவை யாவையும்
 குணமாகக் கொண்டவன்
  குலமென்ன கூறு மயிலே?
குளிர்மேகம் ஆடிடும்
 சிறுகூடற் பட்டியில்
  குலவுமலை யரசி உமையே!

✳ 28 ✳
கவிஞர் கண்ணதாசன் கவிதைகள்
✳

மலர்களை அள்ளிடும்
    மனதோடும் மகிழ்வோடும்
      மலத்தினை அள்ளு கின்றான்
மழையையும் அருவியின்
    மணியையும் போலெண்ணி
      வளர்கானல் ஆடு கின்றான்!

சிலைகளின் மேனியைத்
    தழுவுதல் போலெண்ணிச்
      செங்கல்லைத் தழுவு கின்றான்
செந்தூரம் நெற்றியில்
    தீட்டுதல் போலெண்ணிச்
      செங்குருதி தீட்டு கின்றான்

நலமிலா மனிதனை
    யாரென்று கண்டுநீ
      நாடிவா மஞ்சள் மயிலே!
நலமுடைய சிறுகூடற்
    பட்டியில் வதிகின்ற
      நங்கைமலை யரசி உமையே!

✻ 29 ✻

ஐந்தாவது தொகுதி

✻

அப்பாவி என்னுமோர்
சொல்லுக் கிலக்கணம்
அவனன்றி யாரு மில்லை
ஆனாலும் இந்நாளில்
அவனையும் மீறவோர்
அறிஞன் பிறக்க வில்லை!

முப்பாலும் அப்பாலும்
முறையாகக் கற்றவன்
முழுமையைக் காண வில்லை!
முறையீடு செய்கிறான்
அல்லாமல் வாழ்க்கையின்
முடிவை அளக்க வில்லை!

எப்போதும் மகனிடம்
இப்போதும் போலவே
இரங்கிவா தங்க மயிலே!
இளையவன் பிறந்ததோர்
சிறுகூடற் பட்டியில்
இலங்குமாலை யரசி உமையே!

வெள்ளி விழா

மன்றத்தி லாடுவனை
    மாணிக்க வல்லிதனை
        மறையோனை மால னவனை
    மழைபோலக் கல்விநயம்
        அருள்வானை என்தேவன்
            மாய்மாலக் கண்ண னவனை

குன்றத்தி லாடுவனைக்
    குறவள்ளி நாயகனைக்
        குமரேச னென்ற குகனை
    குருவாயூர்ப் பாலகனை
        குலங்காவல் கொண்டொழுகும்
            குளிர்காஞ்சி வரத னவனை

இன்றைக்கு நூறுமுறை
    எண்ணட்டும் நான்செய்த
        இருபத்தைந் தாண்டு கவியே!
    இவைபோல் ஊற்றாகி
        எதிர்காலம் முழுமைக்கும்
            எழுதட்டும் எனது மனமே!

* 31 *

ஐந்தாவது தொகுதி

*

கொக்கொக்க நிற்பவனை
குறைமிக்க மானிடனை
குணமிக்க தூய னிவனை
குலமக்கள் பொன்னுரைகள்
குடிமக்கள் வாழ்த்தொலிகள்
குடிகொண்ட நெஞ்ச னிவனை

எக்கொக்கும் உண்ணாத
இடைகொண்ட பாவனையில்
எழுத்துக்கள் தந்த இவனை
இருபத்தைந் தாண்டுகளில்
பருவத்துச் சாலைதனில்
எங்கெங்கோ நின்ற இவனை

திக்கொக்கப் புகழுகின்ற
திருவான கலைதந்த
தெய்வத்தைப் பாடு மனமே!
சிறிதேனும் தானென்ற
சிந்தைக்கோர் இடமின்றிச்
சிறிதாக வாழ்க தினமே!

✻

பின்னோக்கிப் பார்க்கின்ற
என்நோக்கில் ஏதேனும்
பிழைகண்ட போதும் என்னை
பிள்ளைக்குச் சோறூட்டிப்
பள்ளிக்கு விடுகின்ற
பேருள்ள மிக்க அன்னை

தன்னோக்கில் காணட்டும்
தமிழ்நோக்கு மிக்கார்கள்
தயவோடு கேட்கும் மனது!
தலையாய கவியென்று
விலைபேச வரவில்லை
தமிழாளர் நெஞ்சம் எனது!

முன்னோக்கி போகின்ற
முறையான சாலைக்கு
முயலுவேன் இன்று முதலே!
முடிவென்னும் ஒன்றேஎன்
படியேற மாட்டாது
முறைசெய்க மூல முதலே!

* 33 *

ஐந்தாவது தொகுதி

*

பூப்புக்கு முன்பாகப்
புருஷர்க்கு விலைபோகும்
பூவைக்கு வாழ்க்கை யுண்டோ?
புலராத பொழுதின்முன்
மலர்கின்ற கமலத்தைப்
புணர்கின்ற கதிரு முண்டோ?

பாப்புக்கு முறையின்றிப்
பணிவின்றிப் பொருளின்றிப்
பாடுவார் வளர்வ துண்டோ?
பலகைகள் தூக்கினால்
பாராட்டிப் போற்றினால்
பாவலன் ஆவ துண்டோ?

யாப்புக்கு வழிகண்டு
ஆயிரம்பொருள் கொண்டு
அதன்மூலம் வந்த புகழே!
யானென்று வரும்போது
ஏன்என்ற குறிபோட்டு
அருள்செய்க இன்று முதலே!

* 34 *

கவிஞர் கண்ணதாசன் கவிதைகள்

*

இருபத்தைந் தாண்டுகள்
எழுதினேன் என்பதால்
என்னைநான் போற்ற வில்லை;
இன்னுமோர் காவியம்
எண்ணுவேன் எழுதுவேன்
இலக்கியம் தூங்க வில்லை;

தருமத்தில் வந்ததால்
தாயாரின் ஆசையால்
தமிழில்நான் வாழு கின்றேன்!
சரியான நேரத்தில்
தாய்தந்தை தேவனைத்
தலைதாழ்ந்து பாடு கின்றேன்!

நிருமித்த கருமங்கள்
தவறாத ஏழையை
நிலைசெய்த மனித இனமே!
நிறைவாக இன்னுமோர்
பதினாயிரம் பாடல்
நெய்களன் ஏழை மனமே!

என்ன விதியோ?...

தில்லையிலே நீவாழத்
  திருப்பதியில் மால்வாழத்
    தென்மதுரைச் சொக்கன் வாழ,
  திருவாவி னன்குடியில்
    ஒருபாவி வாழஅவன்
      திருவாட்டி குன்றம் வாழ,

எல்லையிலே குமரிஅவள்
  ஏகாந்த மாய்வாழ
    எழில்காஞ்சி ஒருவன் வாழ,
  இடுவயிறு பெரிதாகி
    அரசமரம் தனைத்தேடி
      இலங்குகண பதியும் வாழ,

தொல்லையிலே நான்வாழத்
  தொடர்கதைபோல் துயர்வாழத்
    தொடர்ந்தவிதி என்ன விதியோ?
  தோடுடைய செவியோடு
    மாடுடைய சிவனாரின்
      தொடர்பான நட ராஜனே!

தனிவழிப் பயணம்

சாலையில் போவதோ தனிவழிப் பயணம்;
சாலையின் முடிவில் சந்திப்பு மரணம்!

> ஜனனம் தொடங்கி, தனிவழி நடந்து
> கோடை வசந்தம் மழைபல கண்டு
> ஆடைகள் திருத்தி ஆசைகள் மாற்றி
> கோடி நினைத்துக் குறையவே முடித்து
> உண்ணல் உறங்கல் ஊடல் கூடல்
> எண்ணல் எழுதல் இவைதான் வாழ்வெனப்
> பாதி வழிவரைப் பயணம் முடிந்தது;
> மீதி வழியிலோ வியப்பும் திகைப்பும்!

சாலையில் போவதோ தனிவழிப் பயணம்;
சாலையின் முடிவில் சந்திப்பு மரணம்!

> வாரா தனபல வந்தன வோசில
> தேரா தனபல தேர்ந்தன வோசில
> ஓரா தனபல ஓர்ந்தன வோசில
> சேரா தனபல சேர்ந்தன வோசில
> நீரோ நெருப்போ நிகழ்வன யாவையும்
> ஈசன் பொறுப்பென இயக்கிய நடையை
> இன்னும் தொடர்ந்திடக் கால்வலு வுண்டு;
> எங்கே எப்படி என்ன நிகழுமோ?

✻ 37 ✻

ஐந்தாவது தொகுதி

✻

சாலையில் போவதோ தனிவழிப் பயணம்;
சாலையின் முடிவில் சந்திப்பு மரணம்!

முக்காற் பயணம் முடித்த கிழவனும்
முதலடி தொடங்கும் முதிரா இளைஞனும்
நடுவழி நிற்கும் நானும் போவது
ஆசை என்னும் அழகிய ரதத்தில்!
வந்த வழியிலே தந்தைதாய் பிரிவு
மகவெனப் படுவன மனையொடும் செலவு
கட்டிய மனைவியோ கால்வலித் தமர்ந்தாள்
கவிஞனின் பயணமோ தனிமை, தனிமை!

சாலையில் போவதோ தனிவழிப் பயணம்;
சாலையின் முடிவில் சந்திப்பு மரணம்!

பாதையின் முடிவு பார்வையில் வருமுன்
பழைய ஏடுகள் பாக்கிகள் செலவுகள்
எண்ணிப் பார்ப்பதே இன்றைய மனது!
வாங்கிய மனிதர்கள் கொடுத்து விடுங்கள்,
வரவேண் டியதெனில் கேட்டுவாங் குங்கள்!
தூங்கிய பின்னெனைச் சுடுமிடம் நோக்கி
ஏங்கியும் அழுதும் ஏசியும் பேசியும்
எழுந்து வரும்படி இரங்கிநில் லாதீர்!

* 38 *

கவிஞர் கண்ணதாசன் கவிதைகள்

*

சாலையில் போவதோ தனிவழிப் பயணம்;
சாலையின் முடிவில் சந்திப்பு மரணம்!

உட்புறக் காற்று அப்புறம் போகுமுன்
கட்குடம் மைக்குடம் காய்ந்து சாயுமுன்
ஓராயி ரங்கவி உலகுக் களித்து
நூறாயி ரம்தரம் நானே படித்து
தேரா மனதும் தேர்ந்து தெளிந்து
எழுதிய ஏட்டைஎன் கையில் எடுத்து
தலைவன் புத்தக சாலையில் வைப்பேன்
அதுவரை என்னைத் தனிவழி விடுங்கள்!

சாலையில் போவதோ தனிவழிப் பயணம்;
சாலையின் முடிவில் சந்திப்பு மரணம்!

***

சில ஐயங்கள்

பொய்மானைத் தேடிப்
　　புறம்போன ராமனுக்கும்
தெய்வம் எனும்பெயரைச்
　　சேர்த்துவைத்த தேனடியோ?
தெய்வம் எனும்பெயரைச்
　　சேர்த்துவைத்த தேனெனிலோ
தெய்வமே தர்மத்தைத்
　　தேடுவதாம் என்பதனால்!

கற்புடையாள் சீதையவள்
　　கனலாக மாறாமல்
காட்டிடையே கண்ணீரில்
　　கரைந்ததுவும் ஏனடியோ?
காட்டிடையே கண்ணீரில்
　　கரைந்ததுவும் ஏனெனிலோ
பாட்டிடையே கம்பனுக்குப்
　　பலபொருள்கள் தேர்வதற்கே!

சூதாடும் நேரத்தில்
துணைக்குவராக் கண்ணனவன்
போராடும் பாரதத்தில்
பொங்கிவந்த தேனடியோ?
போராடும் நேரத்தில்
பொங்கிவந்த தேனெனிலோ
யாரோடு கூட்டணிஎன்(று)
அன்றுவரை அறியானால்!

அகலிகையின் கணவனுக்கே
ஐயந்தீர் ராமபிரான்
அகந்தெளிந்த சீதையின்பால்
ஐயமுற்ற தேனடியோ?
அகந்தெளிந்த சீதையின்பால்
ஐயமுற்ற தேனெனிலோ
பரந்தெரிந்த ராமனுக்கும்
இகந்தெரியாக் காரணந்தான்!

✸ 41 ✸
ஐந்தாவது தொகுதி
✸

மாதவியாள் மார்பிருந்து
    மயங்கிவிட்ட கோவலனின்
பேதலித்த புத்திக்குப்
    பின்னணிதான் என்னடியோ?
பேதலித்த புத்திக்குப்
    பின்னணிதான் என்னவென்றால்
பேர்தரித்த வணிகனெனும்
    பிறப்பாய்ப் பிறந்ததனால்!

காரியங்கள் அத்தனைக்கும்
    காரணங்கள் உள்ளவெனக்
காட்டிவிட்ட வேதமெலாம்
    கண்மறைந்த தேனடியோ?
காட்டிவிட்ட வேதமெலாம்
    கண்மறைந்த தேனெனிலோ
காட்டியவை பொய்யென்று
    கண்டுகொண்ட காரணந்தான்!

அவ்வளவும் உண்மையென்று
 ஆர்ப்பரிக்கும் மக்களிடை
இவ்வளவு ஐயங்கள்
 எனக்கெழுந்த தேனடியோ?
இவ்வளவு ஐயங்கள்
 உனக்கெழுந்த தேனெனிலோ
கையளவு கல்வியில்நீ
 கவிபாடும் காரணந்தான்!

இறைவனை எழுப்புங்கள்!

ஆக்கல் அளித்தல்
அரவணைத்தல் என்றெல்லாம்
பாக்குவைத்துக் கொண்டுவிட்ட
பாவிமகன் தூங்குகிறான்!
அந்நாள் தொடங்கிவைத்த
ஆழ்கடல்சூழ் பூமியிதை
கண்ணாலும் காணாமல்
கர்த்தனவன் தூங்குகிறான்!
தேவியொடும் விளையாடித்
தேகம் களைத்ததனால்
ஆவிஉடல் சோர்ந்துவிழ
ஆதிமகன் தூங்குகிறான்!
மண்ணிலுள்ள மானிடர்கள்
மனதில் உடலிலிட்ட
புண்ணிலுள்ள ஈவிரட்டும்
புத்தியின்றித் தூங்குகிறான்!
ஓலக் குரலெழுப்பி
உரக்கமணி ஓசையிட்டும்

கவிஞர் கண்ணதாசன் கவிதைகள்

சாலப் புவிமறந்து
    தனைமறந்து தூங்குகிறான்!
வங்காள மங்கையர்கள்
    வாடுவதைக் காணாமல்
பங்காளி வான்முகட்டில்
    பாய்விரித்துத் தூங்குகிறான்!
காற்றுமழை வெள்ளமெனக்
    கடுகிவரும் ஊழியிலே
கூற்றுவனை ஆடவிட்டுக்
    கோவிந்தன் தூங்குகிறான்!
காட்டு மிருகமதைக்
    கலந்தொருத்தி பெற்றபிள்ளை
நாட்டுத் தலைவனெனும்
    யாஹ்யாகான் பேய்மகனை
கோட்டு முகடேறிக்
    குதித்தாட விட்டுவிட்டு
பாட்டில் ஸ்வரம்தூங்கும்
    பாவனையில் தூங்குகிறான்!

✳ 45 ✳
ஐந்தாவது தொகுதி
✳

சத்தியத்தி னுள்ளே
 தத்துவமாய் நின்றொளிரும்
பித்தனவன் தூக்கத்தால்
 பேருலகம் மயங்குதம்மா!
பாஞ்சாலி பூந்துயிலைப்
 பற்றி இழுக்கையிலே
ஆண்சாதி நாமென்றே
 ஆங்குவந்த கோபாலன்
மான்சாதி வங்காள
 மங்கையர்கள் கண்ணீரை
ஏன்காண வில்லைஅது
 எனக்கும் புரியவில்லை!
கௌரவரைப் புறங்காணக்
 களங்குதித்த கோவிந்தன்
கௌரவத்தைச் சூதாடும்
 களத்தை அறியவில்லை!
அர்ச்சுனர்க்குப் போதித்த
 அண்ணல் பரந்தாமன்

நிக்சனுக்குப் போதிக்க
    நேரம் கிடைக்கவில்லை!
துரியோ தனர்பாலும்
    தூதுசென்ற மாதேவன்
கொரியாவில் தூதுசெல்லக்
    குதிரை கிடைக்கவில்லை!
வாழுமா றேபடைத்த
    மானிடரின் துன்பமெலாம்
காணுமா றேஅவனைக்
    கவியீர் எழுப்பீரோ!
தாரை முழக்கித்
    தப்பட்டை ஓசையிட்டு
மேளங்கள் சங்கு
    வெவ்வேறு வாத்தியங்கள்
சேகண்டி தட்டித்
    'தேவா'என் றோலமிட்டுப்
பாருங்கள்; அப்போதும்
    பரமன் விழிதிறவான்!

✳ 47 ✳
ஐந்தாவது தொகுதி
✳

எல்லையிலாத் துயர்தீர
இறைவன்வர வில்லையெனில்
'இல்லை அவன்' என்பாரை
இறைவனென நாம் துதிப்போம்!

இன்று நீ நாளை நீ
என்றும் நீ என்றிரு!

ஆங்கா லத்தே அவையவை ஆகும்
போங்கா லத்தே பொருள்புகழ் போகும்
பூங்கா னத்தே புதுப்புது மலர்கள்
பொலிவன போன்றே புதியன மலரும்
சேர்வன யாவுமுன் திறமையா லன்றாம்!
செல்வன யாவுமுன் சிறுமையா லன்றாம்!
ஊர்வன பறப்பன உயிர்வாழ் வனவென
மண்ணிடைப் பிறந்தன; வாழ்வன இறப்பன!
இடைப்படு நாட்களில் இன்பமும் துன்பமும்
பெறப்படும்; அவையவன் பெருக்கிய ஜாதகம்!
ஏறுவர் இறங்குவர்; இறங்குவர் ஏறுவர்;
வாழுவர் தாழுவர்; தாழுவர் வாழுவர்!
காரணம் யாதெனக் கணிதமொன் றில்லையாம்
கடவுளின் விதியெனக் கழறுவர் எல்லையால்!

✻ 49 ✻

ஐந்தாவது தொகுதி

✻

விதியெனும் ஒன்றைநீ வெல்வதும் உண்டுகாண்
வெல்வதுன் விதியென வேதன் விதித்ததால்!
நன்மைகள் தீமைகள் நடப்பன யாவையும்
சக்கரச் சுழற்சியில் சமமெனக் கருதுநீ!
காதலில் உறவினில் கலைகளில் உணவினில்
ஈதலில் புரத்தலில் இயற்கையை ரசித்தலில்
வாழ்தலில் பற்றுவை; வாழ்க்கையைக் கற்றுவை!
போவதோர் நாள்வரும்; போனபின் னால்இவண்
ஆவதோர் பொருளிலை; அறிவைநீ சத்தியம்!
அழுவதேன், துடிப்பதேன், ஐயமேன், அச்சமேன்?
எழுவதும் விழுவதும் இயற்கையென் றாறுகொள்!
இன்றுநீ நாளைநீ என்றும்நீ என்றிரு!
நன்றுசெய்; நன்றுசொல்; நடத்துஉன் வாழ்வினை!
வாழ்வதே முடிவென வாழ்வினைத் தொடங்கினால்
நெஞ்சமும் சந்நிதி, நித்தமும் நிம்மதி!

ஏக்கம் எதற்கு?

நரகம் சொர்க்கம் இரண்டின் நடுவே
நாடொன் றமைந்தது; நமக்கிது போதும்!
கரியின் வாலாய்க் கனிவதை விடவும்
நரியின் தலையாய் நாமிருப் போமே!
சுரங்கப் பாதைபோல் தோன்றும் உள்ளம்
இல்லா திருந்தால் என்றும் நிம்மதி!
அரங்கம் தோறும் அடிக்கடி ஏறி
ஆளுய ரத்தில் மாலைகள் பெறுதல்
வேண்டாம்; அதுவும் வெறுங்கடன் தானே!
மரணத் தின்பின் மனித குலங்கள்
நம்மைப் பற்றி நல்லவை தீயவை
பேசட்டும்; அது பின்னால் வரட்டும்!
வளைந்த சாலைகள் வற்றிய நதிகள்
உதிர்ந்த மரங்கள் ஊறும் கேணிகள்
பலவும் நமது பார்வையில் வரட்டும்!
ஒவ்வொன் றுக்கும் ஒவ்வோர் உவமை
கண்டு பிடித்துக் கவிதை வடிப்போம்!

✻ 51 ✻

ஐந்தாவது தொகுதி

✻

கம்பன் ஷெல்லி விட்மன் ஜிப்ரான்
தம்பியைப் போலத் தலைநிமிர்ந் திருப்போம்!
நம்பிக்கை யெனும் நந்தா விளக்கு
உள்ள வரையில் உலகம் நமக்கு!
அம்பொன் மாடம் அந்தப் புரங்கள்
கொம்புகள் சங்குகள் கொட்டுமே ளங்கள்
பரிந்துரை யாடும் பரிவா ரங்கள்
இல்லையென் றாநாம் ஏங்கி அழுகிறோம்?
இருக்கும் இடமே இனிதென் றெண்ணி
சுவைக்கும் வாழ்வே சுகம்பெறும் வாழ்வு!
சின்னக் குடிலிடைத் தேய்ந்த கட்டிலில்
கன்னம் சாய்த்துக் கற்பனை உலகில்
பறக்கும் சுகத்தைப் பாமர மறியுமோ?
பாமரத் திடையில்நாம் 'பாமரம்;' என்றும்
பழம் பழமாகப் பழுத்துக் குவிப்போம்!
எங்கே தொடக்கம் என்று முடிவென்(று)
எழுதிய கைகளே எமக்கும் எழுதின!
அங்கே ஏடும் ஆட்சியும் இருக்க

கவிஞர் கண்ணதாசன் கவிதைகள்

இங்கே நாமேன் இருப்பதை வெறுக்க!
உயரப் பறக்கும் ஊர்தியைப் பார்த்துக்
கன்றும் பறந்தால் கால்தான் ஒடியும்!
முன்னாள் போட்ட மூல தனத்தின்
வட்டியைத் தான்நாம் வரவில் வைக்கிறோம்!
வட்டியின் அளவே வாழ்க்கையின் அளவாய்
ஏற்றுக் கொள்ளுவோம் ஏக்கம் எதற்கு?
இதுவரை சொன்ன எல்லா வரியிலும்
அரசியல் இல்லை; ஆயினும் உள்ளே
புதைந்து கிடக்கும் பொருளொன் றுண்டு;
கலக்கி வைப்பதே கவிஞனின் வேலை!
விளக்கம் உமக்கென விட்டுவிட் டோம்நாம்!
அடிக்கடி படித்து அர்த்தம் கூறுக
புரியா விட்டால் பொசுக்கிப் போடுக!

காலக் கணிதம்

கவிஞன் யானோர் காலக் கணிதம்
கருப்படு பொருளை உருப்பட வைப்போன்!
புவியில் நானோர் புகழுடைத் தெய்வம்
பொன்னிலும் விலைமிகு பொருளென் செல்வம்!
இவைசரி யென்றால் இயம்புவதென் தொழில்
இவைதவ றாயின் எதிர்ப்பதென் வேலை!
ஆக்கல் அளித்தல் அழித்தல்இம் மூன்றும்
அவனும் யானுமே அறிந்தவை; அறிக!
செல்வர்தங் கையில் சிறைப்பட மாட்டேன்;
பதவி வாளுக்கும் பயப்பட மாட்டேன்!
பாசம் மிகுத்தேன்; பற்றுதல் மிகுத்தேன்;
ஆசை தருவன அனைத்தும் பற்றுவேன்!
உண்டா யின்பிறர் உண்ணத் தருவேன்;
இல்லா யின்எம் இல்லந் தட்டுவேன்!
வண்டா யெழுந்து மலர்களில் அமர்வேன்
வாய்ப்புறத் தேனை ஊர்ப்புறந் தருவேன்!
பண்டோர் கம்பன், பாரதி, தாசன்

சொல்லா தனசில சொல்லிட முனைவேன்!
புகழ்ந்தால் என்னுடல் புல்லரிக் காது,
இகழ்ந்தால் என்மனம் இறந்து விடாது!
வளமார் கவிகள் வாக்குமூ லங்கள்
இறந்த பின்னாலே எழுதுக தீர்ப்பு!
கல்லாய் மரமாய் காடுமே டாக
மாறா திருக்கயான் வனவிலங் கல்ல!
மாற்றம் எனது மானிடத் தத்துவம்;
மாறும் உலகின் மகத்துவம் அறிவேன்!
எவ்வெவை தீமை எவ்வெவை நன்மை
என்ப தறிந்து ஏகுமென் சாலை!
தலைவர் மாறுவர்; தர்பார் மாறும்;
தத்துவம் மட்டுமே அட்சய பாத்திரம்!
கொள்வோர் கொள்க; குரைப்போர் குரைக்க!
உள்வாய் வார்த்தை உடம்பு தொடாது;
நானே தொடக்கம்; நானே முடிவு;
நானுரைப் பதுதான் நாட்டின் சட்டம்!

சிலந்தி வலை

காதல் என்னென்று கண்டுகொள்ளும் நாள்
காதற் பருவம் கடந்ததை என்சொல!
அன்பு என்னென்று அறிந்துகொள்ளும் நாள்
அன்புக் குடையார் அழிந்ததை என்சொல!
உண்மை என்னென்று உணர்ந்துகொள்ளும் நாள்
உண்மையை உலகம் ஒழித்ததை என்சொல!
செல்வம் என்னென்று தெரிந்துகொள்ளும் நாள்
சேர்ந்த செல்வங்கள் சென்றதை என்சொல!
தனிமையைக் கண்டு தழுவிக்கொள்ளும் நாள்
தழைபோல் உறவுகள் தழைத்ததை என்சொல!
காலங் கடந்து கருமங்கள் வளர்ந்து
ஞானம் பிறந்து நான்படும் பாடு
அரசியல் படுமோ; அரசியல் வாதியின்
பட்டம் படுமோ; பாரத நாட்டுச்
சட்டம் படுமோ; ஜனநா யகந்தான்
படுமோ; அறியேன் பாவைக் கூத்தை!
நினைக்கும் போதே நினைப்பவை யெல்லாம்
கிடைக்கும் ஆயின் கேள்விகள் இல்லை!

பசித்த வேளையில் பாலும் கஞ்சியும்
பசியிலாப் போழ்தில் பாலும் தேனும்
கொடுத்த தேவனைக் கோபிக்க லாமா?
குறைந்தஎன் பசியைக் குறைசொல லாமா?
விருந்து முடிந்தபின் விழுந்த இலைகளை
நக்கிடும் நாய்க்கும் நாளொன்று கழியும்!
நாளைக் கழிப்பதே நானிலப் பிறப்பெனில்
வாழ்வெனத் தாழ்வென வருவன சமமே!
வாழ்க்கைச் சிறப்பே மானிடப் பிறப்பெனின்
வருமோர் துன்பம் வாழ்வினைக் கொல்லும்
குறைஎன் மீதோ குற்றம் யாதோ?
குலைத்து நிமிர்த்தும் கொற்றவன் யாரோ?
அலைமுடிந் ததன்பின் ஆடுவோம் நீரெனக்
காத்திருக் கின்றேன் கடற்கரை எங்கும்!
அலைதான் முடியுமோ ஆண்டவன் கொடுத்த
விலைதான் முடியுமோ விவரம் அறியேன்!

கண்ணா அருள்வாய்

பரபரப் பாகப் பறந்துசெல் வாரும்
சுறுசுறுப் பாகத் தொடர்ந்துசெல் வாரும்
அதுஇது என்றே அலையும் பேர்களும்
மதுமங் கைஎன மயங்கிநிற் பாரும்
மாளிகை எழுப்ப மனந்துடிப் பாரும்
மண்குடில் விளக்கில் வாழும் மனிதரும்
பள்ளியை நோக்கிப் பறக்கும் பாலரும்
படம்நா டகம்எனப் பார்க்கும் ரசிகரும்
ஐயா பசியென அலறும் நொண்டியும்
வெய்யில் கருதாது வேலைசெய் வார்களும்
பரந்த உலகின் பங்குதா ரர்கள்!
மானிட வாழ்வின் மகத்துவ மெல்லாம்
ஜனனம் மரணத்தைச் சந்திக்கும் வரையே!
ஆயினும் இவர்கள் அத்தனை பேரும்
காலா காலங்கள் கற்சிலை போல
வாழ்வதாய் எண்ணும் வாயுள பூச்சிகள்!
நன்றி மறந்து நண்பரைக் கொன்று
பன்றிகள் போலப் பசியே கருதி

கவிஞர் கண்ணதாசன் கவிதைகள்

ஊரை யடித்து உலையிலே போட்டு
லஞ்சம் வாங்கி லட்சம் குவித்து
ஈளை இருமல் இருதய நோய்கள்
கோழை ரத்தக் கொதிப்பு சர்க்கரை
நோயெனப் பலவாய் நொந்து விழுந்து
பாவி என்றொரு பட்டமும் பெற்று
ஆவி பிரிந்து ஆண்டவ னிடத்துப்
போவா ரன்றிப் புகழுடை மனிதர்
எத்தனை பேரோ எவர்தான் அவரோ?
கண்ணா உனைநான் கனிவுடன் கேட்பேன்,
'எண்ணும் செல்வம் எவைஇலை யேனும்
நல்லவன் அன்பன் நன்றி மிகுந்தவன்
என்னும் பெயரே எனக்கருள் வாய்நீ!
சாவின் முனம்உனைச் சந்திக்க முடிந்தால்
இவையே கேட்பேன், இன்னருள் புரிக!'

நினைக்கத் தெரிந்த மனமே...

நினைவுகளே நினைவுகளே
நின்றுவிட மாட்டீரோ!
கனவுகளே கனவுகளே
கலைந்துசெல்ல மாட்டீரோ!
இரவுபகல் இப்படிநீர்
என்னை வதைப்பதனால்
உறவுகளை விட்டேநான்
ஓடத் துணிந்துவிட்டேன்!
நிம்மதியாய்ச் சிலநேரம்
நீட்டிப் படுத்திருந்து
செம்மையுறும் கற்பனையில்
சிறகடிக்கப் பார்க்கின்றேன்
முன்னாள் கதைகளெல்லாம்
முகம்காட்டு கின்றனவே!
இந்நாள் துயரமெல்லாம்
இணைந்துவரு கின்றனவே!

கவிஞர் கண்ணதாசன் கவிதைகள்

மனதைப் பிடித்திழுத்து
	மயக்கத்தைச் சேர்த்தணைத்து
வாழுகின்ற தத்துவத்தை
	வகையாகப் பாடுகின்றேன்!
என்னை மறுபடிநான்
	ஏறெடுத்துப் பார்க்கையிலே
பின்னுமோர் துன்பப்
	பெருங்கதைதான் மூளுதம்மா!
பட்டகடன் தீர்ப்பேனா?
	பாதகரைப் பார்ப்பேனா?
பாமரர்க்கு மேடையிலே
	பரிந்துரைக்கப் போவேனா?
கொட்டுகின்ற தேளையெலாம்
	கும்பிட்டு நிற்பேனா?
கொல்லுகின்ற சூழ்நிலையைக்
	குடித்து மறப்பேனா?

✸ 61 ✸
ஐந்தாவது தொகுதி
✸

நுவலும் கவிதையிலோர்
 நூல்புனைய எண்ணுகிறேன்;
அவலக் கவிதையன்றி
 அடுத்தொன்றும் தோன்றவில்லை!
கவலைக்குக் காரணமென்
 கழுத்துவரை வந்ததன்றித்
தமிழில் எடுத்துரைக்கத்
 தரமில்லை என்னசெய்வேன்?
சொல்லி அழுதுவிட்டால்
 துயரமெல்லாம் தீர்ந்துவிடும்!
சொல்லவொரு நண்பரில்லை;
 சொல்வதற்கும் வார்த்தையில்லை!
தனியே படுத்தழுது
 தலையணையை நனைப்பதன்றி
இனியோர் பரிகாரம்
 எவரும் உரைப்பதில்லை!

மாற்றமொன்று தேடுகிறேன்;
 வழியொன்றுங் காணவில்லை!
ஆற்றும்வழி தேடுகின்றேன்;
 ஆறவில்லை தேறவில்லை!
காற்றொன்றை இந்தக்
 கட்டையிலே விட்டுவைத்த
கூற்றுவனைக் காணாமல்
 குழப்பம் அகல்வதில்லை!

பாவ மன்னிப்பு

கணிகை:

காவல் வேலி கற்பென்னும்
கணிதம் மறந்தேன்; செல்வத்தில்
ஆவல் கொண்டேன்; பஞ்சணையில்
அதிகம் பேரைச் சுவைபார்த்தேன்
கோவில் கொள்ளும் பெண்மையினைக்
கொட்டித் தந்தேன்; நான்செய்த
'பாவம் ஒன்றே' வேறில்லை!
பரம பிதாவே மன்னிப்பீர்!

திருடன்:

பொன்னைக் கொள்ளை யடித்தேன்நான்
பொருளைக் கொள்ளை யடித்தேன்நான்
தன்னை மறந்து வேறேதும்
தவறுகள் ஏழை செய்ததில்லை
என்னைத் திருடன் என்பார்கள்
எனினும் 'பாவம் ஒன்றே' தான்
பன்னிப் பன்னிக் கேட்கின்றேன்
பரம பிதாவே மன்னிப்பீர்!

கொலைகாரன்:

> கோபம் கொண்டேன் ஒருகாலை
> கொன்றேன் எந்தன் மனையாளை
> பாவம் அறிவேன் என்றாலும்
> பழிகள் ஏதும் வேறில்லை
> தீபம் ஏற்றிக் கேட்கின்றேன்
> செய்த 'குற்றம் ஒன்றே'தான்
> பாவம் தீர்க்கும் பெருமானே
> பரம பிதாவே மன்னிப்பீர்!

அரசியல்வாதி:

> பதவிக்காக இடம் மாறி
> பலரைச் சேர்ந்த 'கணிகை' நான்
> உதவி செய்யப் பணம் வாங்கி
> உலகை ஏய்த்த 'திருடன்' நான்
> மதியால் ஏழை மக்களையே
> மாய்த்துச் சென்ற 'கொலைஞன்' நான்
> அதிகம் உண்டு பாவங்கள்
> அன்புச் சுடரே மன்னிப்பீர்!

ஒரு கனவு

மைவான மீன்குவியல்
மனச்சோலைப் பூக்குவியல்
மணிச் சரங்கள்
தெய்வீகக் கோபுரங்கள்
சேர்ந்தாற்போல் ஆடிவரும்
சிரிப்புச் செல்வி

நெய்வான நூற்சேலை
நிலையாகி மணமாகி
நீண்ட நாட்கள்
பொய்யான பழங்கதையைப்
புதுப்பிக்க வந்தவள்போல்
பொலிந்து வந்தாள்!

கால்களைந்த செம்மீன்போல
கனிஇதழில் முதுமையைநான்
காண வில்லை
வேல்வளைந்த கண்களிலே
விளையாடும் ஒளியழகும்
விலக வில்லை

கவிஞர் கண்ணதாசன் கவிதைகள்

பால்வடிந்த அழகுமுகம்
பசுமையிலே ஓரளவு
பறிபோ னாலும்
நான்வரைந்த ஓவியத்தில்
நளினலயம் மின்னுவதை
நானே கண்டேன்!

நாவினிய சொல்லாடும்
நல்லமுதப் பூங்கொம்பின்
நலங்கள் தாமும்
பூவினிய முகந்தாமும்
பொன்னினிய உடல்தாமும்
புதுமை யாகிப்

பாவினிய தமிழ்பாடப்
பணித்ததனால் ஏதேதோ
பாடுகின் றேன்
காவிரியின் வெள்ளம்போல்
கவிவெள்ளம் பெருகியதே
காத லாலே!

67
ஐந்தாவது தொகுதி

தோட்டத்து மதிற்சுவரின்
மேலாகத் தோன்றிவரும்
ஜோதிக் கீற்று
கூட்டத்தி லிருந்திடினும்
குறிப்பாக எனைநோக்கிக்
கொஞ்சும் காற்று

ஆட்டத்து மயில்எந்தன்
அரங்கத்து விதானங்கள்
அமைதி ஊற்று
வாட்டத்தும் வளமாக
வயதினிலும் அழகாக
வந்தாள் நேற்று!

ஊமைகளின் புருவங்கள்
உயர்கின்ற; தாழ்கின்ற;
உள்ள மென்னும்
ஆமைகளும் தலைநீட்டி
அசைகின்ற; இணைகின்ற;
ஆசை யென்னும்

மாமலையில் மேகங்கள்
வருகின்ற; போகின்ற;
மயக்க மென்னும்
பூமழையில் குளிக்கின்ற
போனதெல்லாம் நினைக்கின்ற
பூரிப் பாலே!

இப்பிறவி போனாலும்
இன்னொருநாள் பிறப்பேனா
இதய வீணை
கைப்புறத்தில் நடமாடக்
கனிபிழிந்த சாரங்கள்
கவிதை செய்து

மெய்ப்பிறவி இன்றென்றே
மிகப்பரவி விளையாடி
விளக்கங் கண்டு
மைப்பொதிகைச் சாரலென
மனங்குளிர மாட்டேனோ
மனமே சொல்வாய்!

அழுவதில் சுகம்

தொழுவது சுகமா? வண்ணத்
 தோகையின் கனிந்த மார்பில்
விழுவது சுகமா? உண்ணும்
 விருந்துதான் சுகமா? இல்லை
பழகிய காதல் எண்ணிப்
 பள்ளியில் தனியே சாய்ந்து
அழுவதே சுகமென் பேன்யான்
 அறிந்தவர் அறிவா ராக!

காலங்கள் பிரித்த போதும்
 கடவுளே தடுத்த போதும்
கோலங்கள் நரைத்த போதும்
 குலமெலாம் வெறுத்த போதும்
பாலங்கள் மீண்டும் சேர்ந்தால்
 பார்வையைக் கண்ணீர் மூடும்
ஞாலங்கள் அதற்கும் கீழே
 நான்கண்ட காதல் உண்மை!

கண்களே அழுவீர்; எந்தன்
கட்டிலில் துவண்டு வீழ்ந்த
பெண்களே அழுவீர்; என்னைப்
பிரிந்தவள் வந்தாள்! நெஞ்சின்
புண்களே மறைவீர்; தேவி
புன்னகை புரிந்தாள்! பாடும்
பண்களே இனிமேல் உங்கள்
பாடுதான் வேட்டை! வேட்டை!

கோப்பையின் மதுவே! உன்னைக்
குடித்துநான் துடித்த தாலே
காப்பியக் கவிஞ னானேன்!
காதலி மீண்டும் வந்தாள்;
மூப்பிலா இளைஞ னானேன்!
முடிவிலா உளத்தன் நானே
யாப்பிலா அவளை நெய்வேன்
அளிப்பனோர் பால காண்டம்!

71
ஐந்தாவது தொகுதி

நதிகளே வருக; விண்மீன்
    நடனங்க ளிடுக; வானின்
மதியிசை பொழிக; பூமி
    மங்கல முழக்கம் செய்க!
அதிசயம் நிகழ்ந்த தாக
    அரம்பையர் வானிற் சொல்க!
இதிகாசக் கதைகள் எல்லாம்
    எமக்குமோர் இடத்தை நல்க!

அலைகடல் ஆர வாரம்
    அவையெங்கள் காதல் கீதம்!
மலைமுக டடையும் மேகம்
    மணவிழாப் பந்தற் கோலம்!
நிலைதொறும் நீரின் தேக்கம்
    நெஞ்சத்தில் வார்த்த தீர்த்தம்!
இலைமலர் கனிக ளெல்லாம்
    எமக்கவன் மணிமுத் தாரம்!

ஆனந்தம் கொடுத்த தந்த
 அழுகைதான் சிரிப்பே யல்ல!
நானந்தச் சுகத்தைக் கண்டேன்
 நாளெல்லாம் அழுது பார்த்தேன்!
ஏனிந்த மயக்கம் என்றே
 எண்ணுவீர் ஆயின், இன்று
நான்கண்ட காட்சி காண
 நானல்ல நீங்கள் யாரும்!

தேய்ந்த நிலவுகள்

கம்பனின் சீதை பார்த்தேன்
கண்ணகி வடிவம் பார்த்தேன்
செம்பொனாள் கோதை பார்த்தேன்
தேவியாம் ராதை பார்த்தேன்
நம்பிநான் தமிழர் நாட்டு
நகரத்துப் பெண்ணும் பார்த்தேன்
கொம்புதான் இல்லை; மற்றக்
கோலங்கள் விலங்கு போலாம்!

குதிரைவால் கொண்டை போட்டு
குறைவான ஆடை போட்டு
குதிகாலைப் பின்னந் தூக்கும்
கோமாளி நடையன் போட்டு
மதியாது நேரே பார்க்கும்
மங்கையர் தம்மைக் கண்டு
நதிபோன்ற கவிதை யுள்ளம்
நாணத்தால் நடுங்கு தம்மா!

கூந்தலின் நீளம் பற்றிக்
    கோடிநாள் பாடிச் சென்ற
வேந்தர்கள் மூடர்; கூந்தல்
    வெட்டுவார் அறிவின் ஊற்று!
'சாந்தமே மதியே' என்று
    தமிழ்க்கவி உரைத்த பெண்ணை
'ஓந்தியே நரியே' என்று
    உரைப்பதே இனிமேல் பாட்டு!

தொடையினை வெய்யில் பார்க்கத்
    தோள்களை வானம் பார்க்க
இடையினை எவரும் பார்க்க
    இளமைக்குச் சந்தை கூட்டிக்
கடைவிரித் தாடும் பெண்ணைக்
    'காக்கையென் றழைப்பே னன்றி
நடைபயில் அன்னம் என்றே
    நான்சொல்ல மாட்டேன்' தம்பி!

❋ 75 ❋

ஐந்தாவது தொகுதி

❋

கொண்டையில் மலர்கள் சூடிக்
குங்குமம் அளவா யிட்டுக்
கெண்டைபோல் விழிகள் மின்னக்
கீழ்ப்புறம் பார்த்துச் செல்வாள்;
தண்டையின் நாணப் பாடல்
தளிர்நகை இயற்கைச் செவ்வாய்
கொண்டவள் பெண்ணா? இல்லை
குரங்கென முடிப்பாள் பெண்ணா?

வாலிபர் தமக்குச் சொல்வேன்
மாண்புயர் பெண்ணே யன்றிக்
கோலங்கள் கெடுப்பாள் தம்மைக்
கொண்டவள் ஆக்கல் வேண்டாம்;
தாலிக்கு மேன்மை, பண்பு
தழுவிடும் கழுத்தே யன்றி
வேலியில் லாத பூவில்
விழுவதில் இல்லை யன்றோ!

அரங்கேறும் சொற்கள்

குன்றுதான் சிங்கம் என்பான்
கரடிதான் கலைமான் என்பான்
பன்றிதான் யானை என்பான்
பருந்துதான் மஞ்ஞை என்பான்
அன்றிலே காக்கை என்பான்
ஆமென்பார் சபையிலுள் ளோர்;
வென்றவன் சொல்வ தெல்லாம்
வேதமல் லாமல் என்ன?

பள்ளமே இமயம் என்பான்
பாட்டியே குமரி என்பான்
வெள்ளியே ஈயம் என்பான்
வெந்தயம் இனிக்கும் என்பான்
கள்ளியே முல்லை என்பான்
கண்ணாலே கண்டேன் என்பான்;
உள்ளவன் சொல்வ தெல்லாம்
உண்மையல் லாமல் என்ன?

❋ 77 ❋

ஐந்தாவது தொகுதி

❋

நதிபோகும் திசையை மாற்றி
நடக்கட்டும் வடக்கே என்பான்
மதியம் தன்வானை விட்டு
மண்ணிலே விழட்டும் என்பான்
இதுமுதல் கடல்நீ ரெல்லாம்
இனிக்கட்டும் தேன்போல் என்பான்;
அதிகாரி போடும் ஆணைக்(கு)
அடங்காமல் வேறென் செய்ய?

சொல்லுவார் வார்த்தை யாவும்
தொல்புவி ஏற்ப தில்லை;
செல்வர்கள் வெற்றி பெற்றோர்
தினஏடு கையில் உள்ளோர்
வல்லவர் பதவி கொண்டோர்
வார்த்தையே அரங்கம் ஏறும்;
நல்லவர் சொற்கள் ஏறும்
நாளொன்று வருமா தாயே?

என் பரந்தாமன்

ைமவிழிப் பாவையை
　　மயக்கி லாழ்த்துவான்
நெய்மொழிக் கோபியர்
　　நிழலி லாடுவான்
கைவழி ராதையைக்
　　கவிதை யாக்குவான்
பொய்மொழி யற்றஎன்
　　புதுமைக் கண்ணனே!

செஞ்சொலாற் கீதையைச்
　　சிகர மேற்றுவான்
அஞ்சலென் றோர்கையில்
　　அமைதி கூட்டுவான்
வெஞ்சரப் போரிலும்
　　வெற்றி நாட்டுவான்
கஞ்சமென் மலரடிக்
　　கவிதைக் கண்ணனே!

✱ 79 ✱
ஐந்தாவது தொகுதி
✱

இல்லையென் றேஅவன்
    தாளை இறைஞ்சினேன்
மல்லெனும் தோள்களில்
    மாலை சூட்டினேன்
ஒல்லையின் நெருங்கியே
    உதவி செய்தனன்
கல்லினைக் கனிசெயும்
    கமலக் கண்ணனே!

கண்ணிறை நீரினைக்
    கடிதி னாற்றினான்
உண்ணிறை துயரினை
    ஓட விரட்டினான்
பண்ணிறை தமிழினில்
    பாடி வாழ்த்தினேன்
மண்ணிறை கண்ணனென்
    மனத்து மன்னனே!

வெங்கொடுங் கோடையில்
மழையின் மென்துளி
செங்கடும் பாலையில்
தேற்றும் பொன்னிழல்
பங்கொடும் பற்றுவார்
பறிக்கும் மாங்கனி
இங்கெவன் கண்ணனை
இல்லையென் பானடா?

நாத்திகன் வீட்டிலும்
நடக்கும் தெய்வதம்
ஆத்திகன் வீட்டிலும்
அருளும் சங்கமம்
சாத்திரக் கூட்டினுள்
தழைத்த மெய்த்தவம்
பத்திரம்நான் அதில்
பால்என் கண்ணனே!

❋ 81 ❋

ஐந்தாவது தொகுதி

❋

நள்ளிராப் போழ்தினில்
நானும் கண்ணனும்
உள்ளூறும் பொருள்களை
உரைப்ப துண்டுகாண்!
கள்ளினும் இனியஎன்
கண்ணன் சொன்னது,
'பிள்ளைபோல் வாழும்நீ
பிதற்றலும் கவிதையே!'

அவனைத் தூங்க விடுங்கள்

அவனை எழுப்பாதீர்;
    அப்படியே தூங்கட்டும்!
ஆழ்ந்த துயிலினிலே
    அமைதியினைக் காணட்டும்!
அன்புக் குழந்தையவன்
    அரையாண்டுச் செல்வனவன்
இந்த வயதினிலே
    இப்பொழுதே தூங்குவதே
சுகமான தூக்கம்; அவன்
    சுகமாகத் தூங்கட்டும்!

கண்ணை விழித்திந்தக்
    காசினியைப் பார்க்குங்கால்
என்ன துயர்வருமோ
    எங்கெங்கே அடிவிழுமோ
காதல் வருமோ
    காதலுக்குத் தடைவருமோ
மோதல் வருமோ
    முறைகெடுவார் துணைவருமோ?

✱ 83 ✱
ஐந்தாவது தொகுதி
✱

நன்றிஇலா நண்பர்கள்தாம்
 நாற்புறம் சூழ்வாரோ
நலமிழந்த பெண்ணொருத்தி
 நாயகியாய் வருவாளோ
செய்யத் தொழில்வருமோ
 திண்டாட்டந் தான்வருமோ
வெய்யில் அழைத்துவரும்
 வியர்வையிலே நீராடி
'ஐயா பசி'என்
 றலைகின்ற நிலைவருமோ?
என்ன வருமென்று
 இப்போது யாரறிவார்?

அவனை எழுப்பாதீர்;
 அப்படியே தூங்கட்டும்!

கோடிக் கதிபனெனக்
 குறையாது வந்தாலும்
நாட்டுத் தலைவனென
 நல்வாழ்வு பெற்றாலும்

கேட்ட பொருளெல்லாம்
 கிடைத்தாலும், அவன்வீட்டு
மாட்டுக்கும் கூட
 மரியாதை கிடைத்தாலும்
பஞ்சணைகள் இருந்தாலும்
 பால்பழங்கள் உண்டாலும்
சொத்துள்ள காரணத்தால்
 தூக்கம் பிடிக்காது!

அவனை எழுப்பாதீர்
 அப்படியே தூங்கட்டும்!

பூப்போலத் தூங்குகிறான்-
 பூமியிலே உள்ளதெலாம்
பார்க்காமல் தூங்குகிறான்;
 பாவிகளை இன்றுவரை
சேராமல் தூங்குகிறான்;
 தெய்வத்தின் காதினிலே
ரகசியங்கள் பேசுகிறான்;
 'லாலிலா' பாடுகிறான்!

✳ 85 ✳
ஐந்தாவது தொகுதி
✳

வெள்ளை மலர்முகத்தை
    வெள்ளிநிலாப் பெட்டகத்தைப்
பிள்ளைக் கனியமுதைப்
    பேதையீர், எழுப்பாதீர்!

அவனை எழுப்பாதீர்;
    அப்படியே தூங்கட்டும்!

எந்தநெடுஞ் சாலையிலோ
    எந்தப்பூஞ் சோலையிலோ
தப்பி நடந்தபின்பு
    தனிமை கிடைக்காது!
நம்பிக்கை, ஏமாற்றம்,
    நடுக்கம், பயம், கோபம்,
வெம்பி அழுதல்,
    வியர்த்தல், விறுவிறுத்தல்,
கும்பி எரிதல்,
    கொதித்தல், துடிதுடித்தல்;
அம்மம்மா! எவ்வளவோ
    அவனை எதிர்நோக்கும்!

அத்தனையும் தாங்குவதற்கு
 அடித்தளங்கள் வேண்டாமா?
இப்பொழுது தூங்கட்டும்;
 இனிமேல் விழிப்பதற்கு!
இப்பொழுது தூங்கட்டும்
 இனிமேல் அழுவதற்கு!

அவனை எழுப்பாதீர்;
 அப்படியே தூங்கட்டும்!

கம்ப சூத்திரம்

பத்தா யிரம்கவிதை
முத்தாக அள்ளிவைத்த
சத்தான கம்பனுக்கு ஈடு-இன்னும்
வித்தாக வில்லைஎன்று பாடு!

சீதை நடையழகும்
ஸ்ரீராமன் தோளழகும்
போதை நிறைந்ததெனச் சொல்லி-எனைப்
போட்டான் மதுக்குடத்தில் அள்ளி!

அண்ணனொடு தம்பியர்கள்
நாலாகி ஐந்தாகி
ஆறேழு ஆனவிதம் கூறி - எனை
ஆளுகிறான் மூளைதனில் ஏறி!

தென்னிலங்கைச் சோலையிலே
சீதை அனுமனிடம்
சொன்னதொரு வாசகத்தைப் பார்த்து - நான்
துள்ளிவிட்டேன் மேனியெல்லாம் வேர்த்து!

கள்ளிக்கும் கூந்தலினாள்
உள்ளிருப்பாள் என்று சொல்லி
பள்ளமிடும் ராகவனின் அம்பு - அது
பாடலல்ல உண்மையென்று நம்பு!

காலமெனும் ஆழியிலும்
காற்றுமழை ஊழியிலும்
சாகாது கம்பனவன் பாட்டு - அது
தலைமுறைக்கு எழுதிவைத்த சீட்டு!

கம்பனெனும் மாநதியில்
கால்நதிபோல் ஆவதென
நம்புகிறேன் பாட்டெழுதும் நானே - அந்த
நாயகன்தான் என்னநினைப் பானோ?

எனது
பாரத தேசமே!

இமயமுடி மீதேறிக்
காஷ்மீரில் இறங்குவேன்
இயற்கையை ரசித்தி ருப்பேன்
இளகியதோர் காலையில்
புதுடில்லி ஓடுவேன்
இந்தியில் பேசி மகிழ்வேன்;

சமயமெனும் நதிகளில்
தத்துவம் காணுவேன்
தலைமூழ்கி நீரா டுவேன்
சண்டிகார் நகரிலோர்
நண்பனின் வீட்டிலே
தமிழ்நாட்டின் உணவு கொள்வேன்;

அமரரெனும் வீரரால்
அமைந்துள்ள ஜெய்ப்பூரில்
அழகினைக் காணு வேனே!
ஆடவும் பாடவும்
அகலமாய் நீளமாய்
அமைந்த பாரத தேசமே!

எழில்மிக்க கோவாவில்
சிறுகப்பல் ஓட்டுவேன்
இனிப்பான 'பென்னி' உண்பேன்
இந்துஸ்தான் கர்நாடக
கத்திலே பம்பாயில்
இசைபாடக் கேட்டி ருப்பேன்;

பொழில்மிக்க மலையாள
மண்ணிலே பொழுதெலாம்
பூவையர் அழகு பார்ப்பேன்
புலனெலாம் சிலிர்க்கவே
கர்நாட கத்திலே
போய்த்தென்றல் அலைகள் பெறுவேன்;

தொழில்தந்த சென்னையைச்
சுவைதந்த தமிழினில்
தொழுதுநான் வாழ்த்து வேனே!
தொடர்நெடுங் கடல்களும்
மலைகளும் நின்றாடும்
தூய பாரத தேசமே!

* 91 *

ஐந்தாவது தொகுதி

*

ஒருமரப் பறவைகள்
ஓர்நாட்டு மாந்தர்கள்
ஒருளம் கொள்ள வைப்பேன்
உளறுவார் குழறுவார்
பிரிவினை பேசுவார்
ஓடநான் கவிதை சொல்வேன்;

திருநாட்டு வாழ்விலே
செம்மையும் பொதுமையும்
சேரநான் பாடுபடு வேன்
திக்கெட்டும் என்நாடு
நேர்மைக்குத் தாயென்று
செப்புமா றரசு செய்வேன்;

வருநாட்கள் யாவையும்
வளமான நாட்களாய்
மலர்கின்ற காலம் வருமே!
மலர்கோடி தோன்றுமோர்
மணமேவு சோலைபோல்
வாழ்க பாரத தேசமே!

அள்ளித் தா!...

எங்கடனைத் தீர்ப்பாய் இறைவா திருமலைவாழ்
வெங்கடேசு ரப்பெருமாள் வேந்தனே – மங்காத
செல்வம் எனக்கள்ளித் தினமும் தருவாயேல்
நல்வழியில் வாழ்ந்திருப்பேன் நான்!

(கவிஞர் திருப்பதி சென்றிருந்தபோது இக்கவிதையை இயற்றி, திருமலையான் உண்டியலில் சேர்ப்பித்தார்.- தொ.ஆர்)

பகுதி – இரண்டு

கவனம்

இந்தப் பகுதியில் நீங்கள் படிக்கப் போகும் கவிதைகள் அனைத்தும் மூன்றாவது தொகுதியில் இடம் பெற்றிருக்க வேண்டியவைகளாகும். அத் தொகுதியில் இக்கவிதைகள் இடம்பெறாது போன தற்குக் காரணம் தொகுப்பாளனாகிய எனது கவனக் குறைவே.

கவிஞரின் எழுத்துகள் எதுவும் தவறி விடக் கூடாது என்பதில் நான் அக்கறை யுள்ளவன். எனவே தான், இந்தக் கவிதைகள் இந்தத் தொகு திக்குப் பொருந்தாதவைகளாக இருப்பினும், விஷயங்கள் சுவையானவை - வரலாற்று முக்கியத்துவம் வாய்ந்தவை கவிஞரின் எழுத்துகளைத் தொடர்ந்து படிப்பவர்களுக்கும், சேகரித்து வைத்திருப்பவர் களுக்கும் இவை தவறிவிடக் கூடாது என்பதற் காகவே, இத்தொகுப்பில் இணைத்திருக்கிறேன்.

ஒவ்வொரு கவிதையின் முடிவிலும், காலத்தையும், நிகழ்ச்சிகளையும் குறிப்பிட் டிருக்கிறேன்.

புதியவர்களுக்கு அவை உதவும்.

– தொ.ஆர்.

ரோஜா இனிமேல்?...

கண்ணிற் பிறக்கும் கண்ணீ ரனைத்தும்
இன்று தீர்ந்தது; இதயத் திருந்த
விளக்கும் அணைந்தது; வீடும் இருண்டது;
காற்றும் நின்றது; கனவு கலைந்தது;
குன்றதும் சாய்ந்தது; கொள்சமா தான
மன்றம் சரிந்தது; மன்னவன் சென்ற
அவ்வழி யேஎம் ஆவியும் சென்றது;
தலைவன் பலநாள் சரித்திரம் படைத்தான்!
சாவும் இன்னொரு சரித்திரம் கொண்டது!
'இருப்பேன் பலநாள்' என்றவன் சொன்ன
இன்சொல் வந்த இரண்டாம் நாளே
வன்சொல் - வந்தது; மாநிலத் தோணி
துன்பக் கடலிற் சுழன்று வந்தது!
குயில்கள் இனிமேல் பாடுவ தில்லை
மயில்கள் இனிமேல் ஆடுவ தில்லை
கங்கை இனிமேல் ஓடுவ தில்லை

கவிஞர் கண்ணதாசன் கவிதைகள்

கடலில் அலைகள் படர்வது மில்லை
ராஜா நேருவின் மார்பலங் கரித்த
ரோஜா இனிமேல் மலருவ தில்லை!
எல்லாம் இழந்த ஏழைகள் நாங்கள்
இயற்கையின் சோதனைப் பாத்திரம் நாங்கள்
உலகினில் நாங்கள் உயர்தல் பொறாது
உலகம் எம்மினும் உயர்ந்து விட்டது!
வலமும் இடமும் மோத விடாது
நடுவில் நின்றான் எங்கள் நாயகன்
மேற்கே கிழக்கை விழுங்க விடாது
விழித்தே கிடந்தான் எங்கள் மன்னவன்!
போயின! போயின! அனைத்தும் போயின!
நிலவில் லாது வானம் இருண்டது!
நிழலில் லாது மேகம் வெளுத்தது!
மலரில் லாது சோலையும் காய்ந்தது!
மனதும் பாழ்த்த மண்டபம் ஆயது!

✻ 97 ✻

ஐந்தாவது தொகுதி

✻

அழுதோம்; அழுவோம்; அழுவதல் லாது
தொழுவதற் கினிமேல் தூயவ னில்லை!
எதிர்கா லத்தே இருளே சூழ்ந்தது
எந்த வேங்கை இனிஎமை வெல்லுமோ?
எந்த நெருப்பில் எம்முயிர் வீழுமோ?
கேள்வியை நான்தான் கேட்கிறேன்; அதற்கோர்
பதிலைச் சொல்லப் பண்டிதர் இல்லை!

(நேருஜி மறைந்த துயரில், அன்று இயற்றப்பட்ட ஏராளமான கவிதைகளில் இதுவும் ஒன்று.)

மெய்யும் பொய்யும்

கரைக அணுக்களே!
கரைக! கரைக!

    கைவிலங் கொடித்து
    கருணையிற் கனிந்து
    வைதவர் வாழ்த்தி
    மறச்செயல் தவிர்த்து
    ஐயமில் அன்பு
    அறநெறி காத்து
    மெய்கண்ட மேனி
    பொய்யென்று போயது!

கரைக அணுக்களே!
கரைக! கரைக!

    மூடா இமைகள்
    முத்துச் சிப்பிபோல்
    எரிந்து கிடந்தன;
    இளகிய நெஞ்சை

✸ 99 ✸
ஐந்தாவது தொகுதி
✸

தாமரைப் பூப்போல்
சாம்பல் வடித்தது;
அணைத்தகைச் சாம்பலை
அலைகள் அணைத்தன!

கரைக அணுக்களே!
கரைக! கரைக!
நீரினில் கலக்கும்
நேருவின் அணுக்கள்
நெஞ்சினிற் கலக்கும்
நேருவின் சொற்கள்
வேரினிற் கலக்கும்
நேருவின் வேட்கை
போரினை மறைக்கும்
நேருவின் புன்னகை!

கரைக அணுக்களே!
கரைக! கரைக!

படையமை மறவன்
உடல்சேர் வதனால்
கடலும் புனிதக்
கருணை பெற்றது!
விடைகொடு மனமே
விடைகொடு! இனியவன்
உடல்தான் இல்லை
உயிர் எமக்குண்டு!

கரைக அணுக்களே!
கரைக! கரைக!

(நேருவின் அஸ்தி திரிவேணி சங்கமத்தில் கரைக்கப்பட்ட தினத்தன்று, 10-6-64 ல் இயற்றப்பட்டது.)

பாரதப் பூச்செண்டு

பாரதம் எனும்பூச் செண்டில்
    பதினான்கு மலர்கள் உண்டு
நீரதில் தேனை மாந்தும்
    நிகரிலா மனித வண்டு!
வேரதன் ஒருமைப் பாடு
    மெல்லிலை தனிப்பண் பாடு
ஊரெலாம் உறவென் றெண்ணி
    உயர்கொடி நமவர் நாடு!

பனிமலை தொடங்கிக் கன்னி
    பாடிடும் கோடி மட்டும்
தனியொரு நாக ரீகம்
    தழைப்பதைக் கண்ட பின்னால்
தனித்தனி உணர்வு கொள்ளும்
    தன்மைக்கு முறையே இல்லை!
இனியொரு பிரிவு நேரின்
    எவர்க்கும்நல் வாழ்க்கை இல்லை!

கவிஞர் கண்ணதாசன் கவிதைகள்

பூக்களைச் சேர்த்துக் கட்டும்
 பூவையர் திறமை போல
மாக்கலைத் திறமை கொண்ட
 மன்னவன் நேரு வின்பேர்
ஈக்களால் சூழப் பட்டு
 இனிக்கின்ற கனியாய் நிற்கும்;
வாக்கிது உண்மை! ரத்தம்
 வழங்குவோம் ஒருமை காக்க!

கருணை மகன்

சொல்லுக்குச் சொல்லோர்
சுவையிருக்கும் செந்தமிழே!
துள்ளும் கவிதைத்
தோணியிலே நீவருக!
உள்ளத்தி னுள்ளே
உறைந்திருக்கும் மெய்ப்பொருளே
வெள்ளத்தில் நீந்தி
விளையாட நீவருக!

கள்ளம் அறியாத
காங்கிரசின் பெருந்தலைவ,
காந்தியெனும் கருணைமகன்
கவிப்பொருளைக் கேட்டருள்க!
சத்தியத்தின் மூர்த்திஎந்தன்
தமிழ்த்தேரில் ஏறிஇந்த
உற்சவத்தில் வருகின்றான்
உள்ளம் திறந்துவைக்க!

ஆடுகளாய் மாடுகளாய்
    அடங்கிக் கிடந்த மக்கள்
ஏறுகளாய் வேங்கைகளாய்
    எழுந்துவர வைத்தபெயர்;
கூனிக் குறுகி
    குலைநடுங்கிக் கிடந்தவர்கள்
யானைப் பலங்கொண்டு
    ஆர்ப்பரிக்க வைத்தபெயர்;
புல்லுக்கும் அஞ்சிப்
    புலன்ஒடுங்கி வாழ்ந்தமக்கள்
கொல்லவருங் குண்டுக்கும்
    குமையாமல் செய்தபெயர்;
கண்ணைக் கருத்தைக்
    கடன்கொடுத்து நின்றமக்கள்
தன்னை உணர்ந்து
    தலைநிமிர வைத்தபெயர்;
'என்னபெயர்' என்றேன்
    இறைவன் எனையழைத்துச்

❋ 105 ❋

ஐந்தாவது தொகுதி

❋

சொன்னபெயர் காந்தி!
　　தொடுத்தபெயர் ஜவாகர்லால்!
பட்டாளம் கூட்டிப்
　　படையெடுத்து வந்தவரைத்
தொட்டுவந்த புன்னகையால்
　　தோற்கடித்த வீரனவன்!
சிறைதிறந்து வாவென்ற
　　தீயவரைக் கருணைஎனும்
அறைதிறந்து காட்டி
　　அலறவைத்த வேழமவன்!
போராட்டம் என்பதற்கோர்
　　புதுவழியைத் தான்சமைத்துத்
தேரோட்டம்போல் முன்னால்
　　சென்றவனே காந்திமகான்!
'நான்முதலில், நீபிறகு
　　நடந்துவா என்னுடனே!
சாவதெனில் சமுதாயம்
　　முழுவதுமே சாகட்டும்!

வாழ்வதெனில் எல்லோரும்
வாழட்டும்' என்றுரைத்த
காவலனைப் பின்தொடர்ந்து
களங்கண்டோர் பலகோடி!
சத்தியத்தின் தாய்காந்தி
தாயகத்தில் பெற்றமக்கள்
எத்தனைபேர்? போர்க்களத்தில்
இறந்தவர்கள் எத்தனைபேர்?
இப்பெரிய வரலாற்றை
எப்புவியும் கண்டதில்லை!
இளமையிலே பெரும்பாதி
சிறையினிலே இடர்ப்பட்டுக்
கல்லுடைத்த பேரும்
காலொடிந்து கையொடிந்து
வில்லொடிந்தாற் போலும்
விழுந்தாரும் எத்தனைபேர்?

107
ஐந்தாவது தொகுதி

இன்று,
வாரக் கணக்கில்
    சிறையிருந்து வந்தவர்கள்
மாதக் கணக்கில்
    மன்றேறி முழங்குகிறார்!
அன்று,
ஆண்டுக் கணக்கில்
    அவதியுற்ற தலைவரெலாம்
ஆண்டொன்றை நாளென்று
    அடுத்தடுத்துச் சிறைசென்றார்!
காந்தி கொடுத்தரத்தம்!
    காட்டுப் புலியின்ரத்தம்!
காந்தி கொடுத்தமுகம்
    களத்தினிலும் சிரிக்கும்முகம்!
சாந்தத்தில் போருணர்ச்சி
    தழைக்கவைத்தார் மோகனதாஸ்!
மாந்தருக்குள் தெய்வமல்ல;
    தெய்வத்தின் தெய்வமகன்!

அவன் படைத்த வரலாற்றில்
    அடியெடுத்து வைத்தவர்கள்
அச்சத்தைக் கொன்றவர்கள்
    அன்புவழி நின்றவர்கள்!
காந்தி நிழலில்
    கனிந்தகனி ஜவாகர்லால்...
ஜவாகர்லால் தன்னிழலில்
    தழைத்தமரம் காமராஜ்!
அந்த மரத்தின்
    அடியிற் குடியிருக்கும்
அன்புத் தலைவர்களை
    அகம்மலர வாழ்த்தி நிற்போம்!
காந்தி பெயர் வாழ்க!
    காங்கிரசின் புகழ் வாழ்க!

(1964-ல் காந்திஜி பிறந்த நாள் விழா கவியரங்கில் பாடியது)

நாடு பகைவர்க்கோ?...

கல்லில் ஒலிஎழுப்பிக்
கடல்அலையில் நடமாடி
மெல்லியலார் மெல்லிதழில்
வித்தார நகையாகிப்
புல்லாங் குழல்வழியே
புகுந்து சுவையாகி
நெல்லில் மணிப்பழுத்த
நிலையிற் பொருளாகி
உட்பொருளும் வெளிப்பொருளும்
உணர்த்துங் கலையான
சொற்பொருளே! தாயே!
தூயதமிழ்த் தவமே!
அற்புதங்க ளானதமிழ்
ஆக்கிப் படைக்களனை
ஆளாக்கி விட்டவளே!
அன்புமகன் வணக்கம்!

ஆயன் குழலுக் கடங்கும் பசுக்களைப்போல்
மாயன் முகத்துக்கு மயங்கும் மகளிரைப்போல்
தாயின் குரலுக்குத் தாவிவரும் மக்களைப்போல்
தமிழின் ஒலிகேட்கச் சபைநிறைந்த பெரியோரே
பாடச் சபையடைந்தோம்! பக்குவத்திற் குறைந்தாலும்
பாடும் பொருளின் பசுமையினாற் கேட்டிருப்பீர்!

நாடு பகைவர்க்கோ நமக்கோ எனுங்கேள்வி
சூடுபடும் நேரத்தில் சூழ்ந்துள்ளோம் அவைக்களத்தே!
ஆடும் கொடியுடனே ஆளுந் தலைமுறைக்கோர்
கேடுவரா வண்ணம் கேள்விபதி லாவதற்கே
பாடுபடும் நாட்டுப் படைவீரர் திருவடியை
வணங்கித் தொடங்குகிறோம், வாழ்க படைக்குலமே!

இமயந் தலையாக இளங்குமரி காலாக
அமையுந் திருநாட்டில் அயலார் படையெடுத்தார்
கோட்டை சுவர்சற்றுக் குறுக்கே பிளந்ததென்று
வேட்டைநாய்க் கூட்டத்தார் விழுந்து கடிக்கவந்தார்

� 111 ✷
ஐந்தாவது தொகுதி
✷

காட்டுக்குள் ஊடுருவிக் காஷ்மீர்ப் பனித்தரையில்
ஊற்றுக்கால் தேடி உள்ளம் களிக்கவந்தார்
நாட்டுத் தலைமக்கள் நற்குணத்தைத் தவறாகக்
கூட்டிப் பெருக்கிக் கொலைக்கருவி கொண்டுவந்தார்
ஏமாந்த நேரத்தே எஜமான ராகவந்தார்
ஏமாந்தார்! ஆங்கே எங்கள் தளபதிகள்
காட்டுக் குரங்குகளைக் கட்டிப் பிடித்துவந்து
கூட்டில் அடைத்தார்! குறையிருந்த பிடாரிகளோ
காட்டில் ஒளிந்தார்! கண்கெட்ட தலைவனவன்
இன்னோர் புறத்தே எடுத்தான் படையெடுப்பு!
அவ்வளவே,
கட்டிக் கிடந்த கைத்தளையை வெட்டிவிட்டுப்
பட்டாளம் மேலெழுந்து பாஞ்சால எல்லையிலே
விட்டுப் புறப்பட்டு மேவிப் பகைவர்புலம்
எட்டி நடந்ததம்மா! எஞ்ஞான்றும் வென்றதம்மா!
தொட்டான்; தொடப்பட்டான்; துப்பாக்கி தூக்கிவந்து

கவிஞர் கண்ணதாசன் கவிதைகள்

சுட்டான்; சுடப்பட்டான்! தொலையாப் பெரும்படையை
விட்டான்; விடப்பட்டான்! வேற்றகத் தேதங்கொடியை
நட்டான்; நடப்பட்டான்! நாளாக நாளாகக்
கெட்டானே யன்றிக் கிஞ்சித்தும் வாழவில்லை!
இன்று பகைவன் இடங்கெட்ட செம்மறிபோல்
நின்று தவிக்கின்றான்! நெருப்பில் விழுந்தாற்போல்
மேனி துடிக்கிறான்! வெட்டரிவாள் தன்னருகே
எட்டிவிட்ட தென்றே இதயங் கொதிக்கின்றான்!

தாகூர் வடித்துவைத்த தாய்வணக்கப் பாப்பாடி
லாகூரை நோக்கி நமதுபடை முன்னேற்றம்!
சிந்துவி லோர்சேனை; சியால்கோட்டில் மறுசேனை;
வந்துவிளை யாடவந்த வஞ்சகரை நாள்முழுதும்
பந்துவிளை யாடுதல்போல் பாய்ந்துவிளை யாடுதம்மா!
எல்லை கடந்துவந்து எங்கள் தலைமீது
வெள்ளைப் புறாக்களைப்போல் வீதிவெளி வானத்தே

113
ஐந்தாவது தொகுதி

பறந்தவரை எங்கள் பாரதத்தின் தளபதிகள்
காக்கை சுடுவதுபோல் காடுவெட்டிப் போடுதல்போல்
சுட்டகதை சொல்லிச் சுவைக்காத மக்களில்லை!
'ஏகாதி பத்தியத்தின் இரவல் கருவியென்றால்
வேகாதோ நாங்கள் விட்டவெடி ஓசையிலே!'
என்பதுபோல் போரில் ஏராள டாங்கிகளைத்
தூளாக்கி எங்கள்படை தோள்தூக்கி நின்றதம்மா!

இந்துஸ்தான் அன்று இட்டுவைத்த பிச்சையினால்
வந்தஸ்தான் தானே மதியிழந்த பாகிஸ்தான்!
தந்தஸ்தான் தன்னைச் சரிபார்க்க இப்பொழுது
அந்தஸ்தான் நோக்கி அனுப்பிவிட்டோம் சேனைகளை!
'குணமென்னும் குன்றேறி நின்றார்தங் கோபம்
கணமேனும் காத்தலரி' தென்ற வள்ளுவனார்
சொற்போல இன்று துணிந்து கிளம்பிவிட்டோம்!
வெற்றி நமதே! வெற்றியன்றி வேறில்லை!
நாற்பத் தேழ்கோடி நாட்டுமக்கள் மாண்டாலும்

எங்கள் நிலத்தை எவரிடமும் தருவதில்லை!
இன்று தொடக்கம் எப்பொழுது முடிவுவரும்
எவரறிவார்? ஆனால் எதிரிக்கே முடிவுவரும்!
தாயாணை, தமிழாணை, தலைவர்களின் மீதாணை
நாயதனை முற்றும் நசுக்காமல் ஓர்பொழுதும்
ஓயோம்! உறுதி உறுதியிது என்சபதம்!

*(1965-ம் ஆண்டு, பாகிஸ்தான் இந்தியா மீது
படையெடுத்து வந்தபோது, சென்னையில் நடைபெற்ற
கவியரங்கில் பாடப்பட்ட கவிதை, 24-9-65.)*

எழுக பாரதம்

காளையர் வருக கன்னியர் வருக!
கைவாள் மறவர் களம்புக வருக!
வேளை இதுவே; வேறொன்று மில்லை!
வீரம் புலப்பட விரைந்து புறப்படு!
கோடி அகதிகள் கொட்டிய கண்ணீர்
நீதி கேட்கின்ற நேரம் இதுதான்!
பதினே ழாண்டு பட்ட பாட்டுக்குப்
பதிலடி கொடுக்கப் பாரதம் எழுந்தது!
பகைவன் சேனை பஞ்சாய்ப் பறந்தது!
பஞ்சாய்ப் பறக்கவே பகைகொண்ட மூடன்
பஞ்சாப் எல்லையில் படைகொண்டு வந்தான்!
பாரத மக்களே! பாரத மக்களே!
நீரெதிர் பார்த்த நேரம் பிறந்தது!
இந்துஸ் தானம் ஓங்கி எழுந்தால்
எந்தஸ் தானம் மிஞ்சும்? எழுக!
இந்துஸ் தானத்தை இரண்டாய்ப் பிரித்து
ஏகாதி பத்தியம் எல்லை வகுத்தது!

எல்லை உடைப்போம்; ஈரே மூாண்டுத்
தொல்லைப் பகையை தூள்தூ ளாக்குவோம்!
வானில் பகைவன் விமானம் பறந்தால்
வந்தது பகையென வருந்தா தேநீ!
'சாவை அவனே சந்திக்க வருகிறான்
சபாஷ்!' எனநீ தலைதூக்கி ஆடு!
நமது ராணுவம் நாட்டின் பெருமை!
பகைவன் டாங்கியைப் பழுது படாமல்
பரிசாய்ப் பெற்றது பாரத ராணுவம்!
எழுக பாரதம்! எழுக பாரதம்!
இந்துஸ் தானம் எழுக எழுக!
பகைவன் ஒழிக! பாரதம் வாழ்க!

(இதுவும் பாகிஸ்தான் படையெடுத்தபோது இயற்றியது - 3-10-65.)

கைவிட்டாரே!...

"மங்கையர்தம் கூந்தலுக்கு வாச முண்டா?
மணமென்ப தியற்கையிலே வருவ துண்டோ?
தங்கமலர்க் கண்ணாரைத் தழுவும் போது
தாய்ப்பாலின் வாசந்தான் வருமல் லாது
பொங்கிவரும் பூமணத்தை நுகர்ந்த துண்டோ?
பொய்!" என்று நக்கீரப் புலவன் கூற,
தங்கட்சி தோற்றதெனத் தலை குனிந்த
தமிழ்ச்சொக்கன் திருக்கோயில் தழைத்த நாடு!

வெண்பாவிற் புகழேந்தி வாழ்ந்த நாடு
வேரடியில் தாலாட்டும் வைகை நாடு
கண்பாடும் மெல்லியலார் கனிந்த நாடு
கடைச்சங்கப் புகழ்கொண்ட கவிதை நாடு
விண்முட்டும் புகழ்சேர இலங்கை வென்ற
வீரபாண்டியன் வாழ்ந்த வெற்றி நாடு
தண்ணீலக் குமரியெனும் தாய்வ யிற்றில்
சரஞ்சரமாய் முத்துக்கள் தவழும் நாடு!

மானாட்சி நடத்திவரும் மங்கை நல்லாள்
மங்கலநன் மலர்க்கோதை அங்க யற்கண்
மீனாட்சி சந்நிதியில் விளக்கம் ஏற்றி
விளையாடும் கவித்தென்றல் வீச வந்தோம்;
கோனாட்சிக் காலத்தே வாழ்ந்தோ மில்லை
குடியாட்சிக் காலத்தே கோலெ டுத்தோம்
தேனாட்சி தமிழாட்சி செலுத்த வந்தோம்
செவியாட்சி யால்எம்மை ஆட்சி செய்வீர்!

அரசியலில் கட்சிமுறை அமைந்த காலம்
அறிவியலில் பகுத்தறிவு வளர்ந்த காலம்
முரசொலியோ முழவொலியோ இல்லாக் காலம்
மூடர்களும் முழங்கவந்த மேடைக் காலம்
தரமுடையார் வாய்மூடிச் சமைந்த காலம்
தலைஇல்லார் தலைவரென நடித்த காலம்
கரமொடிய வாய்கிழியக் கதறு வோரே
கலைஞரென விலையான கடைசிக் காலம்!

119
ஐந்தாவது தொகுதி

அக்காலம் அரசியலில் நான் புகுந்தேன்
ஐயிரண்டு ஆண்டுகளை அடக்கம் செய்தேன்
தக்காரைத் தகவிலரைப் பிரித்துப் பார்க்கும்
தன்மையிலா நெஞ்சத்தால் தவித்தி ருந்தேன்
பிற்காலம் ஒருவனெனைப் பேச வைத்தான்
பிழையில்லா வழியறிய அழைத்து வந்தான்
இக்காலம் என்கவிதைப் பெருமை அந்த
ஈரோட்டுத் தோழனையே சாரும்! சாரும்!

பன்முறைநான் இதைச்சொல்வேன்; பழைய நாளில்
பட்டதெலாம் கெட்டதெலாம் பகுத்துச் சொல்வேன்!
நன்முறைகள் நாள்தோறும் கிடைப்ப தில்லை
நல்லறிஞர் நட்புறவும் வாய்ப்ப தில்லை
என்கவிதை இந்நாளில் நான்கு கோடி
இதயத்தைத் தொடுவதனை அனுப வித்தேன்
என்நலத்தை முன்வைத்தே பேசு கின்றேன்
என்தோழன்! என்தலைவன் வாழ்க! வாழ்க!

அறிவுடைய தோழர்களே! தமிழ்த் தேசிய
அமைப்பினிலே உறுப்பாக அமைகின் றோரே!
ஒருபெருமை நாம்கொண்டோம் தமிழர் நாட்டில்
உண்மைக்கே வடிவெடுத்தோம் எனும்பேர் கொண்டோம்
குறுநகையில் வெற்றிவிழாக் கவிய ரங்கில்
குவிந்துள்ளோம்; தலைநிமிர்ந்து கூடி யுள்ளோம்!
பெருமைஇது பெருமைநாம் பிறந்த போது
பேசியதே உண்மையெனல் உலகின் பேச்சு!

நெஞ்சறியப் பொய்சொன்னார் நாளும் நாளும்
நிலமறியப் பொய்சொன்னார் நேரில் நின்று
பஞ்சையர்க்கும் பாமரர்க்கும் பொய்யே சொன்னார்
படித்தவர்க்கும் படுத்தவர்க்கும் பொய்யே சொன்னார்
பிஞ்சுமனத் தோழரிடம் பேசும் பொய்யைப்
பிறரிடம் பேசியவர் பேதை யாகித்
தஞ்சரக்கு உளுத்ததெனத் தரையில் போட்டார்
தலைவர்சரக் கென்னவென்று தம்பி கண்டார்!

ஐந்தாவது தொகுதி

*

உடலழகைக் காப்பாற்ற உயிரை விட்டேன்
உரலழகைக் காப்பாற்ற உலக்கை விற்றேன்
படையழகைக் காப்பாற்ற போரை விட்டேன்
பாத்திரத்தைக் காப்பாற்றப் பாலை விற்றேன்
கடையழகைக் காப்பாற்றச் சரக்கை விட்டேன்
கவியழகைக் காப்பாற்றக் கருத்தை விட்டேன்
குடையழகைக் காப்பாற்ற மழையின் போது
குடைக்கேநான் குடையாகிக் குனிந்து சென்றேன்

என்றொருவன் சொல்வானேல் என்ன சொல்வோம்?
என்னஇவன் உடல்நிலைஎன் றேங்கிக் கேட்போம்!
"அன்றொருவன் ஆடையினைக் கிழித்துக் கொண்டான்
அடுத்தொருவன் தானாகப் பேசிக் கொண்டான்
இன்றவர்கள் கீழ்ப்பாக்கத் திருக்கின் றார்கள்
இவன்மட்டும் தெருவினிலேன் உலாத்து கின்றான்"
என்றவனைச் சிரிப்போமா? மாலை போட்டு
ஈடற்ற செந்தோழா! வாழ்கென் போமா?

கவிஞர் கண்ணதாசன் கவிதைகள்

*

தடைஎங்கே? படைஇங்கே! என்று கேட்ட
தானையிளந் தலைவர்களே! நானு ரைப்பேன்
தடைஇங்கே! படைஎங்கே? தலைவ ரெங்கே?
தமிழ்ச்சேனை வெள்ளத்தின் தன்மை எங்கே?
தொடைஇன்று நடுங்குவதேன்? பகல் நேரத்தில்
தூக்கத்தில் புலம்புவதேன்? தோளை ஆட்டி
மடைபோலப் பேசிவரும் வார்த்தை யெல்லாம்
மழையில்லா நிலமாகிக் காய்ந்த தென்ன?

வாள்வலியும் தோள்வலியும் உடையோம் என்றீர்!
வாள்வலியைக் கண்டதில்லை! ஆனால் வந்த
தோள்வலியை மருத்துவர்கள் சோதிக் கின்றார்
சோதனைக்கும் தெரியவில்லை தோளின் வீக்கம்!
ஏழ்பெரிய மருத்துவரில் ஒருவ ராக
எண்ணிவரும் மருத்துவரே சோதிக் கின்றார்
தோள்வலிக்குக் காரணமே தோன்ற வில்லை
தூயபிரான் பல்லினில்தான் வலியென் கின்றார்!

*123 *

ஐந்தாவது தொகுதி

*

மருத்துவர்க்குத் தெரியாது அவர்க்கு வந்த
வலிஎன்ன வலிஎன்று! ஆனால் இந்த
மருத்துவராம் சம்பத்தைக் கேட்டால் சொல்வார்
மனவலிதான் வேறேதும் வலியே இல்லை!
திருத்தமிலாத் தவறுகளைச் .செய்து செய்து
தேய்கின்ற தலைவரிடம் எங்க ளுக்கு
வருத்தமிலை! அவர்மனதின் வலிமை நம்பி
வாழ்கின்ற ஏழையர்க்கே வருந்து கின்றோம்!

இயற்கையிலே இந்திமொழி எதிர்ப்ப தற்கு
எதிர்வந்த நாட்களிலே உறங்கி விட்டார்
செயற்கையிலே போராட்டம் தேடிக் கொண்டார்
சேனையிலே பலபேரைக் காண வில்லை
மயக்கநிலை உருவாக, மனது நோக,
மறவர்அணி ஐந்தாகி நாலும் ஆகி
தயக்கமுடன் போராடிச் சிறை புகுந்து
தலைகலையு முன்பாகத் திரும்பக் கண்டார்!

ஏழேநாள் மறியல்! அதில் சிறைபுகுந்தோர்
இருபத்து ஐந்தேபேர்! மறவர் நாடே!
ஆழ்கடலின் அலைபோன்ற சேனை இன்று
அணுவாகச் சிறுத்துவரும் அவலம் என்ன?
சூழ்ச்சியிலே வல்லார்தம் பாவை யாகிச்
சுகம்தேடி பதவியினைச் சூழ்வ தற்கு
ஆச்சாரி யார்துணையை அடைந்த தாலே
அழிவென்னும் நுழைவாயில் புகுந்து விட்டார்!

முடிந்ததொரு சரிதம்இனி முழங்கி னாலும்
முக்காலும் அக்காலம் முளைக்கா திங்கே!
நடந்ததொரு மோசடியில் வீடு விற்று,
நகைவிற்று, நிலம்விற்று, நலங்கள் கெட்டுத்
தடந்தெரியா தேங்கியுள தம்பி மாரைத்
தயங்காமல் அழைக்கிறேன் தாய்மை யோடும்:
இடந்தெரிந்து வாருங்கள்! இனிமே லேனும்
இனந்தெரிந்து வாருங்கள்! ஏக்கந் தீரும்!

(1964-ல் தி.மு.க. திராவிட நாடு கொள்கையைக் கை விட்டுவிட்ட போது தமிழ்த் தேசியக் கட்சி 'நீத்தார் நினைவு நாள்' கொண்டாடியது. நிகழ்ச்சிகள் சென்னை, கோவை, மதுரை ஆகிய மூன்று நகரங்களிலும் நடைபெற்றன. இந்தக் கவிதை மதுரையில் நடை பெற்ற விழாவில் பாடப்பட்டது. மற்ற இரு கவிதைகளும் மூன்றாவது தொகுதியில் இடம் பெற்றுள்ளன.)

*****
***
**
*

பகுதி : மூன்று

*
**
***
*****

குறிப்பு

கவிஞர் மலேசியா – சிங்கப்பூர் முதலிய நாடுகளுக்குச் சென்றிருந்தபோது அங்கு இயற்றிய கவிதைகளும், அங்கிருந்து திரும்பிய பிறகு எழுதிய கவிதைகளும் இப்பகுதியில் அடக்கம்.

- தொ. ஆர்.

பினாங்கு கண்டேன்

நாற்புறம் கடல்கள் ஆட
நடுவினில் இயற்கை ஆட
மேற்புறம் மேகம் கூட
மெல்லியற் காற்றும் பாடப்
பாற்பசு மரங்கள் தாமும்
பனிமுகப் பெண்டிர் தாமும்
ஊற்றுவெள் ளருவி யோடும்
ஒளிவிடும் பினாங்கு கண்டேன்!

ஆவினந் தமக்குள் காணும்
அன்பினம் போல இங்கே
மூவினம் தமிழ்ம லாயர்
மூப்பிலாச் சீனர் சேர்ந்து
சாவிலும் வாழ்வி லும்சேர்
சமத்துவ வாழ்க்கை வாழும்
ஆவணம் கண்டேன்! இந்த
அன்பிலே பினாங்கு வாழ்க!

கிள்ளான்

அன்புடைத் தமிழர் கூட்டம்
அறத்தினில் மிகுந்த நாட்டம்
என்புதோல் குளிரச் செய்த
இயல்பான சிறந்த உள்ளம்
தென்புலத் திருந்து வந்தோர்
சேர்ந்துள 'கிள்ளான்' என்னைத்
தன்வயம் இழக்கச் செய்த
தன்மைஎன் சொல்வேன் மாதோ!

ஓர்பொழு திருந்தேன்; தந்த
உணவினில் மகிழ்ந்தேன்; மன்றில்
சேர்ந்தவர் நெருக்கங் கண்டு
சிந்தையுங் குளிர்ந்தேன்; அன்னார்
மார்புற அணைத்தும் காண
மகிழ்ந்ததும் சொன்ன காலை
ஊரிது வேறென் றெண்ணும்
உள்ளமே இல்லை, உண்மை!

முருகா!

மூவார் முருகன் முன்னிலையில்
முழந்தா ளிட்டு வேண்டியவர்
மூவார் இறவார் பிணியில்லார்
முதலும் முடிவும் ஒன்றாவார்
ஆவார் வாழ்வார் உயர்வாரென்(று)
அறிவோம் என்போம்; அவன்காவல்
பூவார் சோலைப் புனற்காவல்
பொய்யாக் காவல் புகழ்க்காவல்
நாவால் அவனைப் பாடுதிரோ!
நாளும் நலமே நாடுதிரோ!

*(மூவார் தண்டாயுதபாணி கோவிலில், கார்த்திகைப்
பூஜை அன்று எழுதியது)*

வேலன்

காவடி எடுத்தல் நன்றாம்
கனிவுடன் வேண்டல் நன்றாம்
சேவடி தொழுதல் நன்றாம்
சிங்கப்பூர் முருகன் பேரை
நாவினால் உரைத்தல் நன்றாம்
நாளெலாம் தனை மறந்தே
கோவிலில் இருத்தல் நன்றாம்
குறைவிலா வாழ்க்கை சேரும்!

மைபூசும் விழியாள் வள்ளி
மங்கை தெய்வானை நீங்கி
தெய்வாகச் சிங்கப் பூரில்
திருவுலாக் கொள்ளும் வேலன்
தைப்பூசம் அறத்தைக் காக்க
தமிழர்தம் குலத்தைக் காக்க
நெய்வாச குழலா ரோடும்
நேயர்கள் வருக! வாழ்க!

மலையாண்டி

வாஞ்சையுடன் மீனாட்சி
மதுரையிலே தேடுகிறாள்
மகன்முகத்தைக் காண வில்லை!
வண்ணமயில் விசாலாட்சி
காசியிலே வாடுகிறாள்
மைந்தனிடம் கருணை யில்லை!

காஞ்சிநகர்க் காமாட்சி
மகன்முகத்தைக் காண்பதற்குக்
கவலுறுகிறாள் கிட்ட வில்லை!
காடுநட மாடுசிவன்
கன்னிஇளந் தென்னகத்தில்
கண்கலங்கல் தீர வில்லை!

தீஞ்சுவைத்தேன் பூமலரும்
தெளிவான பினாங்குநகர்
தேடியவன் வந்து விட்டான்!
திருக்கோயில் கொண்டபடி
மலையடியில் சிலையானான்
தென்னாடன் தண்ட பாணி!

தண்முகில்கள் குடைபோட்டுத்
    தாலாட்டப் பொங்கருவி
        தளிர்நடையில் ஆடி யசையும்
தலைநிமிர்ந்த குன்றத்தில்
    நிலையுயர்ந்த பன்மரங்கள்
        தளபதிக ளாக உலவும்

தண்ணீர் மலையடியில்
    வெண்ணீறு பூசியவன்
        தண்டங்கை ஏந்தி நின்றான்;
தமிழ்நாட்டு மக்களுக்கு
மலைநாட்டு மக்களுக்கு
        தனியாக ஆளு கின்றான்;

வெண்ணீறு பூசுங்கள்
    வேந்தன்முகம் பாருங்கள்
        விளக்கேற்றிப் பூசி யுங்கள்;
விடிவுவரும் வேதனைக்கு
முடிவுவரும், எப்போதும்
        வினைதீர்ப்பான் தண்ட பாணி!

(பினாங்கு, தண்ணீர்மலை - தண்டாயுதபாணித் தெய்வம் பற்றிப் பாடியது.)

தண்டாயுதபாணி

உண்டாயின் உண்டென்றும்
    இல்லாயின் இல்லென்றும்
        உடனுடன் காட்டி விடுவான்;
ஊர்க்காவல் நாமென்று
    கார்வேலைக் கைக்கொண்டு
        உயிர்காக்க ஓடி வருவான்!

வண்டாடும் மைக்கூந்தல்
    வள்ளிதெய் வானையரை
        மறந்தவன் ஈண்டு வந்தான்;
வளமான தமிழோடு
    தமிழ்ச்சாதி வாழ்நாளை
        வளமாக்க கோயில் கொண்டான்!

தண்டாயு தபாணித்
    தெய்வமே! தைப்பிங்கின்
        தெளிந்தநீ ரோடை யருகே
திருநாட்கள் பலகண்டு
    வருநாட்கள் தமிழர்க்குத்
        திருவாக வாழ்த்தி யருள்வான்!

கொண்டாளை உற்றாரைக்
        குலத்தோரை ஊர்வைத்துக்
            கொண்டுவிற் பார்கள் மனதை
        குன்றத்தில் நின்றாடிக்
    குறையாத பொருள்தந்து
        குடிகாக்க வேண்டு மெனவே

பண்டார வடிவாகிப்
    பாய்க்கப்பல் தனிலேறிப்
        பழநியைப் பிரிந்து வந்தான்!
    பலகால மானாலும்
    அடையாளம் மாறாமல்
        பனிமுகம் காட்டு கின்றான்!

தெண்டாயு தபாணி
    தென்னாட் டவர்பாணி
        தேர்கின்ற தைப்பிங் நகரில்
    திருவோடு கொண்டாலும்
    அருளோடு பொருளோடு
        திருவோடு வாழ விடுவான்!

(தைப்பிங் நகர் தண்டாயுதபாணித் தெய்வம் பற்றிப் பாடியது.)

கொண்டாடு ! கொண்டாடு !

ஆலோலம் பாடுகிற
வள்ளியம்மை கழுத்தில்
அணியாரம் இட்ட பெருமான்;
ஆகாயம் பூமியிடை
நீராவி போல்வடிவில்
ஆதார மான பெருமான்;

மேலாளர் கீழாளர்
பேதங்கள் இல்லாது
மெய்யாள வந்த பெருமான்;
மின்னாகி இடியாகி
மழையாகிக் காற்றாகி
விளைவாக நின்ற பெருமான்;

கோலாலம் பூரில்வளர்
கோன்தண்ட பாணிஇவன்
கோவில்கொண் டாடு மனமே!
கூற்றேதும் வாராது
கொடுநோயும் சேராது
குறையாத வாழ்வு மிகுமே!

'ஓ'மென்ற சிறுமுட்டை
உள்வீடு அவன்வீடு
உன்வீடும் அந்த இடமே;
ஓசைக்கு மணியுண்டு
பூசைக்கு மனமுண்டு
உன்வாழ்வு கந்தன் வசமே!

நாமென்ற ஆங்காரம்
நமதென்ற எக்காளம்
நடவாது வேலனிடமே!
நடக்கட்டும் பார்ப்போமென்
றிருக்கட்டும் உன்உள்ளம்
நலம்யாவும் வீடு வருமே!

கோமன்னன் வாழ்கின்ற
கோலாலம்பூர் 'செந்தூல்'
கொடிகட்டி ஆள விடுமே!
கொண்டாடு கொண்டாடு
தெண்டா யுதத்தானை
குறையாத செல்வ மிகுமே!

(கோலாலம்பூர் 'செந்தூல்' முருகன் மேல் பாடியது)

மலைநாடு - ஒரு வீடு!

எழில் மேகம் ஆடுகின்ற
    மலைநாடு - மூன்று
இனம் சேர்ந்து வாழுகின்ற
    ஒருவீடு! - வானில்...   (எழில்)

பொழில் சூழ்ந்த தேசமென்று
    இசைபாடு - இது
பொதுவாழ்வில் மேன்மைபெற்ற
    தனிநாடு - வானில்...   (எழில்)

சீனத்து மக்களுக்கோர்
    கலையேடு - இது
திரளும் மலாயருக்கோர்
    திருக் கோடு!
ஞானத் தமிழர்தங்கள்
    உழைப்போடு - நல்ல
நாடென்ற பேர்படைத்த
    பொருட்காடு! - வானில்...   (எழில்)

(மலேசியாவில் ஒரு இசைக் குழுவுக்காக இயற்றப் பெற்றது.)

அழகிய சிங்கபுரம்

காட்சி படைத்தன கண்க ளெனில்அவை
 காண விரும்பு மிடம் - அர
சாட்சி முறைக்கென வள்ளுவன் கூறிய
 அறங்கள் நிறைந்த இடம் - பொய்
சூட்சி பொறாமை இலாது வளர்ந்திடும்
 தொழில்கள் நிறைந்த இடம் - தமிழ்
ஆட்சி நடத்திடும் அந்த இடம்ஆ
 அழகிய சிங்க புரம்!

வானை மணந்தொரு வையம் அளந்தென
 மாளிகை கொண்ட இடம் - ஓர்
ஊனமி லாம லொதுக்கிய சாலையின்
 ஊர்தி பறக்கு மிடம் - மலைத்
தேனை வடித்தென சீனர் மலாய்த்தமிழ்ச்
 செல்வியர் வாழு மிடம் - கலை
மானையும் மிஞ்சிய வண்ணம் மிகுந்தது
 மங்கல சிங்க புரம்!

139
ஐந்தாவது தொகுதி

நள்ளிர வாயினும் மெல்லிய மங்கையர்
  நாட்டிய மாடு மிடம் - அவர்
புள்ளின மென்று கலந்து மணந்தவர்
  போதையில் வாடு மிடம் - பனி
வெள்ளிய முத்து மணித்திரள் பல்பொருள்
  வீதியில் கூடு மிடம் - சிறு
பிள்ளை மனத்துடன் வந்தவர் வாழ்த்தும்
  பிழையறு சிங்க புரம்!

வந்த விருந்தறங் காப்பவரும் நா
  வாயொடு கப்பல் களும் - விசை
பந்தென ஓடிப் பணிபுரி வாரும்
  பல்நாட் டறிஞர் களும் - ஒரு
சந்தடி யின்றி ஊர்வழக் கின்றித்
  தாம்தம தென்று லவும் - புது
இந்திர லோகம் இந்திய மாக்கடல்
  இடையுள சிங்க புரம்!

தேசிய ஒருமைப் பாடெனத் தினமும்
 சேதிகள் கேட்கின் றோம் - நாம்
பேசிய தன்றி இனமொழி நாட்டுப்
 பிரிவினை காண் கின்றோம் - வட
காசியி லிருந்து கன்னிவரை வெறும்
 கற்பனை செய்கின் றோம் - சிறு
பாசியி லேபல யானைகள் வைத்துப்
 பார்ப்பது சிங்க புரம்!

பாரத தேசம் ஒற்றுமை வேண்டிடின்
 பாடம் படிக்கு மிடம் - சில
நாரத அரசியல் வாதிகள் நல்வழி
 நாடி நடக்கு மிடம் - நம்
ஊரொடு நாட்டினை அழகு வடித்தபின்
 ஒப்புமை காணு மிடம் - அட!
வேறெது விதையின்றி வேரும் கனியும்
 விளைத்திடும் சிங்க புரம்!

தாய்லாந்துக் கிளிகள்

கள்ளரும்பிய வாயிதழ் மழைக்
காரரும்பிய பூங்குழல்
உள்ளரும்பிய பல்லணி அதன்
ஊடரும்பிய தேன்மொழி
வெள்ளரும்புகள் பால்நுதல் சிறு
விழியரும்புகள் நாடகம்
துள்ளரம்பையின் சாயலோ இளந்
தோளரும்பிய 'தாய்க்'கிளி!

பொன்னடங்கிய பெட்டகம் கனி
போல்அடங்கிய மார்பகம்
மின்னடங்கிய மெல்லிடை அதன்
மேலடங்கிய ஆலயம்
தன்னடங்கிய முனிவனும் மனம்
தானடங்குவ தில்லைகாண்
இன்னடங்கிய பாத்திரம் அவள்
ஈடடங்கிய 'தாய்க்'கிளி!

❋

கையிரண்டினை ஆண்டவன் உடல்
கட்டிவிட்டதன் காரணம்
மெய்யிரண்டினை ஒன்றுபோல் சுகம்
மீறவைப்பது தானரோ!
நெய்திரண்டன மேனியில் சில
நேரம்நின்றன என்விழி
கொய்துகொண்டது கைவழி கலை
கூடிநின்றது 'தாய்க்' கிளி!

நகரமென்பது *ஹட்ஜயே அது
நாடகங்களின் தாயகம்
சிகரமென்பது பெண்மையே அவர்
சேவை இந்திய பாணியே
பகரும்பேர்களில் சீதையும் அவர்
பாடும்ராமனின் காதையும்
நகரவில்லை என்நெஞ்சினை கவி
நடத்துகின்றனள் 'தாய்க்'கிளி!

'ஹட்ஜய்' - தாய்லாந்தில் ஒரு நகரம்.

பகுதி : நான்கு

குன்று : இருபது

கீதமே வேதம்!

விரோதியை ஒழித்த
விரோத கிருதுவே
வெற்றி கொடுத்துநீ
விடைபெற் றேகினாய்
வராத நலன்களை
வரவினில் வைத்தாய்
வாழிய நாடெனு
வழிவழி நடந்தாய்!
பரிதாபங் கொள்க
பகைவரின் மீதென
பரிதாபி ஆண்டுநீ
பாரதம் கண்டாய்!
மன்னிய பெரும்புகழ்
நல்கிய தலைவியைச்
சென்னையில் வைத்துச்
சீர்பெற வாழ்த்தும்
அன்னாய், நின்னைநான்
அகத்தினில் வாழ்த்துவேன்!

கவிஞர் கண்ணதாசன் கவிதைகள்

விவிதபா ரதியென
விளங்கொலி பரப்பில்
கவிதைபா டுவதெனக்
கவிஞர்கள் நால்வர்
வந்தனர்; அவர்களை
வாழ்த்தும்என் நெஞ்சம்!
....
வானொலி என்ன
வழங்கும் இதனைத்
தேனொலி யாக்கிய
திறமையைக் கண்டீர்!
மறைந்த காலத்தில்
வானொலி தன்னைத்
திறந்தவர் குறைவு!
சென்னையும் திருச்சியும்
இயக்கார்; இலங்கையை
இயக்குவர்; அன்னாள்
'திரைய முத'த்தில்
திளைக்கும் மாந்தர்கள்

147
ஐந்தாவது தொகுதி
*

தேடிய படியே
    சென்னை வானொலி
உங்கள் விருப்பம்,
    ஒலித்திரை யமுதம்,
பொங்குதேன் கிண்ணம்,
    பொன்மாலை இசை,
வளர்கவி யுள்ளம்,
    வண்ணச் சுடரென
இனிய சுவைகளை
    ஏற்றி யமைத்தது!
பாடலின் மகத்துவம்
    பாரோர் அறிவர்!
ஆடல் மகளிர்
    அடுக்களைப் பெண்டிர்
கூடும் தெருவின்
    கூடை வணிகர்
கடைப்பணி செய்வோர்
    கல்லூரி பயில்வோர்

உழைக்கும் தொழிலர்
ஊட்டும் முதலாளர்
நரிக்குற வர்கள்
நடைபாதை வாசிகள்
சார மிழந்து
சம்சார மிழந்த
சந்யாசி என்னும்
தவவடி வோர்கள்
யாவ ராயினும்
ஆசை மிகுத்து
விரும்பிக் கேட்பது
'விவிதபா ரதி'யை!
காதல் பாடல்கள்
காவிய ரசனை
வேதாந் தங்கள்
விரிந்த தத்துவம்
குலமகள் பாடல்
குடும்பகீ தங்கள்

✸ 149 ✸
ஐந்தாவது தொகுதி
✸

துன்பம் துயரம்
    சோகக் கவிதைகள்
'எவரெவர் வாழ்வில்
    எவையெவை நேருமோ
அவையெலாம் அளந்து'
    அளிப்பது திரை இசை!
ஒவ்வோர் மனிதர்
    உளத்தி லிருப்பதும்
எதிரொலி யாக்கும்
    இசையொலி வானொலி!
என்பாடல் கேட்டு
    இசையில் மயங்கிய
இந்நாட்டு மக்களுக்கு
    இந்த ஆண்டிலும்
நற்கவி தைசில
    நான்தர முயல்வேன்!

காட்டு விலங்கும்
    கேட்டே மயங்கும்
பாடல் எழுதிப்
    பழகிய நானே
எனது பாடலின்
    எதிரொலி கேட்டு
மயங்குவ துண்டு;
    மனமும் கண்ணும்
கலங்குவ துண்டு;
    மேலும் என்சொல்ல!
நானே எழுதி
    நானே மயங்கிய
கீத லயத்தில்
    கேட்பவர் மிதப்பது
நாத உலகின்
    ரகசியந் தானே!

� 151 ✢
ஐந்தாவது தொகுதி
✢

'வேத'னை இறையை
    விண்ணவன் தன்னை
நாதபிர மம்என
    நவில்வோர் நாட்டோர்!
நாதமே பூமி;
    நாதமே வானம்!
கீதமே வேதம்;
    வேதமே கீதம்!
எங்கும் நிறைந்த
    இசையே வாழிய!

(வானொலி, வர்த்தக ஒலிபரப்பின் ஆண்டு நிறைவுக் கவியரங்க முன்னுரை.)

அன்னை விசாலாட்சி

'பங்குனி விழாமலரும்
பழமயிலை ஈசனது
பாவையரை ஆறுபெயரில்
பாடுதமிழ்ப் பாவலர்கள்
கூடிவருவார் களவர்
பக்கத்திலே யமர்ந்து

பங்குநீ பெறவேண்டும்
பாடல்தர வேண்டு'மெனப்
பணித்தார்க்கு நன்றிசொன் னேன்!
பாடவரும் வேளையிலும்
நாவில்நட மாடுதமிழ்ப்
பாவைக்கும் நன்றிசொன் னேன்!

தங்குதடை யின்றிஅவள்
தந்ததனை ஆசையொடு
சபைநடுவில் வைக்கவரு வாய்
தாயேவிசா லாட்சி
தனயனிவன் குரல்கேட்டுச்
சதிராடு தெய்வ மயிலே!

153
ஐந்தாவது தொகுதி

கங்கைபுனல் ஊறிவரும்
    கயல்கள்கரை ஏறிவரும்
        காசிநகர் கண்ட தில்லை!
காசிநக ராண்டுவரும்
    நாதனவன் முகம்பார்த்துக்
        கண்கள்சுகம் கொண்ட தில்லை!

பொங்கிவரும் பக்தரொடு
    பூசனைகள் செய்துவரும்
        புண்ணியமும் வாய்த்த தில்லை!
போகவெகு தூரமிலை
    பொருள்வளமும் குன்றவிலை
        போய்வரவும் நேர மில்லை!

மங்கைவிசா லாட்சியவள்
    மகனழகு பார்ப்பதற்கு
        மனதுவைத் தருளு வாளா!
மயிலைநகர் அரசாளும்
    மன்னவனும் என்னோடு
        வடகாசி காணு வானா!

ஆறுவடி வானதொரு
அம்பிகையி லேஎனது
அன்னைவிசா லாட்சி யொருவள்
அபிராமி சிவகாமி
அகிலாண்ட ஈசுவரி
அனைவரையும் நன்கு அறிவள்!

மாறுபெயர் கொண்டபடி
மதுரைநகர் அரசாளும்
மங்கைமீ னாட்சி வருவள்
வளர்காஞ்சி காமாட்சி
வடகாசித் தாயார்க்கு
மங்கலங்கள் தந்து அருள்வள்!

ஆறுவகை யானாலும்
ஆறும்வகை சொல்வாளை
அனுதினமும் பாடு மனமே!
அத்தனொடு சேர்ந்து ஒரு
தத்துவமு ரைத்தவள்என்
அன்னைவிசா லாட்சி உமையே!

*155 *

ஐந்தாவது தொகுதி

*

பக்திசெயும் ஓர்கவியைப்
பத்துமா தங்கள்வரை
பாதுகாத் தாக்கியவள் யார்?
பாயினிலும் மார்பினிலும்
பள்ளியிலும் வீதியிலும்
பரிவோடு காத்தவள் யார்?

முத்துஎனப் பெயர் சொல்லி
முன்னழகு பின்னழகு
முடியழகு பார்த்தவள் யார்?
முன்னேறு நாள்வரையில்
என்னோடு வாழாது
முடிவாகிப் போனவள் யார்?

தத்துவம் அவள் பெயரைத்
தாயென்று சொல்லுவதில்
தனைமறந் தாடு மனமே!
தாயேவிசா லாட்சி
தங்கமகன் முன்பாகச்
சதுராடு தெய்வ மயிலே!

விழிதுயில மாட்டாது
மீனென்பதால் ஒருவள்
மீனாட்சி என்ற பெயரும்
வெறுங்காம வேட்கைதனை
வென்றதனால் காமாட்சி
மெல்லியல் கொண்ட பெயரும்

அழியாத புவனங்கள்
அனைத்துக்கும் காட்சியென
அகிலாண்ட ஈசுவரியும்
அரசாளும் பூமிக்குத்
தலையாயவள் எந்தன்
அன்னைவிசா லாட்சி யவளே!

எழிலான செந்தூரம்
இசைபாடும் மணியாரம்
விளையாடும் இன்ப மலரே
என்அன்னை என்தெய்வம்
என்சக்தி என்காளி
என்னாளும் தெய்வ மயிலே!

157
ஐந்தாவது தொகுதி

காசிநகர் மூர்த்திக்கு
    அம்பாளிலை யென்று
        கவலைசிலர் கொண்ட நேரம்
    கடலோடிப் பொருள்தேடும்
    தனவா ணிகர் அந்தக்
        கவலையைக் கண்ட நேரம்

ஆசையோடு வைத்தசிலை
    அருளோடு வைத்தகலை
        அன்னைவிசா லாட்சி சிலையே!
ஆமந்தச் சிலைஎந்தன்
    நகரத்தார் நாட்டியது
        அதனால் எனக்கும் உறவே!

பூசையிலும் காவலிலும்
    பொருள்தந்து வாழ்வாரைப்
        பொங்கிநீ பாடு மனமே!
பொன்மதுரை முதலாக
    வடகாசி வரையிலெமைப்
        பொருள்செய்க தெய்வ மயிலே!

தனவணிக சமுதாயம்
தந்தவள்விசா லாட்சி
சந்தேகம் ஏது மில்லை
சமுதாயம் முழுமைக்கும்
பொதுவாக வைத்தார்கள்
தமக்காக வைத்த தில்லை!

இனமறியக் குலமறிய
இரண்டுக்கு ஒருவீடு
இப்பெயரைச் சூட்டி மகிழும்
இன்றுவரை வடநாட்டில்
இவள்பெயரை வைத்தாரை
ஏழைநான் காண வில்லை!

மனமறியப் பொய்சொல்லி
வாழாத வாழ்க்கையினை
வரமாகத் தந்த மலரே!
மங்கல மிகுத்ததொரு
குங்கும நிறத்தில்வளர்
மங்கைவிசா லாட்சி மயிலே!

*159 *

ஐந்தாவது தொகுதி

*

காடுபொடி யாகநட
மாடுசிவன் தேவியர்கள்
காவல்கொள வந்த நாடு
காசிமுதல் கன்னிவரை
காணுமிடம் அத்தனையும்
கன்னிவிசா லாட்சி வீடு!

ஆடவரில் தேவியர்கள்
பாதியெனும் தத்துவமும்
ஆக்கியவ ரென்று பாடு
ஆதிமுதல் அந்தம்வரை
அர்த்தமுள இந்துமதம்
ஆசையுடன் தந்த ஏடு!

கூடவரும் பூமணமும்
குங்குமமும் மங்கலமும்
கொண்டுவரும் எங்கள் மயிலே!
கொஞ்சிவரும் ஓர்கவியைச்
சிறுகூடற் பட்டிதனில்
கொடுத்தவிசா லாட்சி உமையே!

கம்பர் விழா

கம்பனுக்குத் தொண்டு
கடவுளுக்குச் சேவையென
நம்பிப் பலநாளாய்
நல்லவிழாக் கொண்டாடும்
கலிகாலச் சடையப்பா!
கணேசா! எந்நாளும்
கம்பன் கவிபோலக்
கன்னித் தமிழ் போலப்
பல்லாண்டு வாழப்
பரம்பொருளை இறைஞ்சுகிறேன்!
சுடர்மிகுந்த விளக்குக்கும்
தூண்டுகோல் வேண்டுமெனச்
சொல்லும் தமிழ்மொழியின்
சொற்பொருளை அறிந்ததனால்
கம்பனெனும் விளக்குக்குக்
கணேசா நீவாய்த்தாய்!
முப்பத்து நான்காண்டாய்
முயற்சி தளராது

* 161 *

ஐந்தாவது தொகுதி

*

அவ்வப் பொழுதினிலே
ஆன்றோர் தமைக்கூட்டிக்
கல்விக் கடலின்
கரைகாண வைத்தவன்நீ!
கம்பனால் தமிழ் வாழும்;
கணேசா உன்னாலே
கம்பன் புகழ்வாழும்;
கவியால் வணங்குகிறேன்!
வேங்கடத்துச் சுப்பன்
வெங்கடே சனாகிச்
சைவத்தை விட்டுத்
தாவினான் வைணவத்தில்
என்பார்கள், உண்மை
எப்படியோ நானறியேன்!
வேங்கட சுப்பாரெட்டி
வெண்ணிறத்து நெற்றியிலே
பூசுகின்ற வெண்ணீறும்
பொட்டுவைத்த பாவனையும்

காணுங்கால் இந்துக்
 கலைகளைநான் காணுகிறேன்!
அரசியலில் நாணயமே
 அடிபட்டுப் போயிருக்கும்
காலத்தில் நீயோர்
 களங்கமிலாத் தெய்வமகன்!
கைநீட்டிப் பைநிறையக்
 கரந்து முடிப்பாரும்
பொய்நீட்டி நீட்டிப்
 பொதுஜனத்தை ஏய்ப்பாரும்
நாக்காலும் மூக்காலும்
 வழிப்பறிபோல் பறிப்பாரும்
நாள்முழுக்கப் பேசிவிட்டு
 வாக்காளர் வாக்கை
ஒன்றுமே செய்யாமல்
 ஊரெங்கும் சிலையாகி
மன்றத்து அறிஞரென
 மதிப்புயரப் பார்ப்பாரும்

✻163 ✻

ஐந்தாவது தொகுதி

✻

தங்கடனைத் தீர்க்கத்
 தலைதூக்கி நிற்கையிலே
வேங்கட சுப்பாநீயோ
 விளக்காய் ஒளிர்கின்றாய்!
கள்ளமிலா உள்ளம்
 களங்கமிலாப் பொதுவாழ்வு
கொண்டவனே வணங்குகிறேன்
 கொஞ்சும் தமிழாலே!

✻

ஏடுண்டு தீட்டும்
 எழுத்துண்டு எங்களுக்கோர்
காடுண்டு அங்கே
 ராஜாக்கள் நாங்களெனக்
கோடுண்ட சோழன்
 கொடிபோல நிற்பாரே!
கொஞ்சும் தமிழ்க்கவியீர்!
 கும்பிட்டு வாழ்த்துகின்றேன்!

மதுச்சேரி என்றே
　　மாகவிகள் நினைத்திருந்த
புதுச்சேரி வாசல்
　　புலவர்களின் தலைவாசல்!
மதித்தேறி வந்த
　　மாகவிகள் தம்மைஎலாம்
அணைத்தோர்கள் வாழும்
　　அழகுநகர் புதுச்சேரி!
பாரதியும் இங்கேதான்
　　பாடித் திரிந்தானாம்
பாரதி தாசன்இங்கே
　　பாண்டியனாய் வாழ்ந்தானாம்!
இருவருக்கும் பின்னே
　　இருக்கின்ற நாங்கள்இங்கே
வருவதற்கு வழிசெய்த
　　மனத்தோரை வணங்குகிறேன்!
காட்டாறு போலக்
　　கலகலனெச் சலசலனெப்

✽ 165 ✽
ஐந்தாவது தொகுதி
✽

பாட்டாறு பாயும்
    படித்துறைக்கு வந்தோரே!
கூட்டாக இங்கே
    குவிந்துள்ள புதுச்சேரி
நாட்டாரே! உங்கள்
    நல்மனதை வணங்குகிறேன்!

எப்படியோ கம்பனுக்கும்
    எனக்கும் தொடர்புண்டு!
செப்புவதெல்லாம் கம்பன்
    செந்தமிழாய் வருவதனால்
அக்காலம் அப்பிறப்பில்
    அழகுவெண்ணெய் நல்லூரில்
கம்பனது வீட்டில்
    கணக்கெழுதி வாழ்ந்தேனோ?
நம்புகிறேன்; அப்படித்தான்!
    நான்படித்த படிப்பெல்லாம்
எட்டாம் வகுப்பன்றி
    எட்டுக்கு மேல்வகுப்பை

எட்டியும் பார்த்ததிலை;
    இலக்கணமும் கற்றதிலை!
கம்பன் கொடுத்த
    கவிப்பிச்சை ஓரளவு;
கண்ணன் கனிந்தளித்த
    கைமுதல்கள் ஓரளவு!
கம்பனை நான்பாடிக்
    களிப்பதற்குக் காரணமே
தம்பிக்குக் கொஞ்சம்
    தந்துவைத்தான் என்பதனால்!
தந்தை எனக்குத்
    தந்ததெலாம் புத்திமதி;
கம்பன் எனக்குக்
    கருணைசெய்தான் இந்தமதி!
தாயார் எனக்குத்
    தந்ததெலாம் அன்புமொழி;
தாயான கம்பன்
    தந்ததுதான் இந்தமொழி!

ஐந்தாவது தொகுதி

தனயன்மார் ஒன்பதுபேர்
 சரியாக வளரவில்லை
தனயன்நான் கம்பனுக்கு;
 தந்தையினை மறக்கவில்லை!
என்தம்பி என்றுசொல்ல
 இளையோன் பிறக்கவில்லை
என்றாலும் கம்பனுக்கு
 இளையோர்கள் தம்பிகளே!
என்காதலன் கம்பன்
 என்றேநான் காதலித்தேன்
தன்காதல் நாயகியைத்
 தழுவினான் கம்பனவன்!
என்காதலி என்றே
 இன்னொருநாள் நான்தழுவத்
தன்காதலன் எனக்குத்
 தமிழைப் பரிசளித்தான்!
என்நண்பன் என்ஆசான்
 என்தெய்வம் என்றவனை

எத்தனைபேர் சொன்னாலும்
　　எல்லாம் பொருந்துவதே!
கம்பனுக்கு மேலோர்
　　கவிஞன் பிறப்பதில்லை!
கம்பனது கவியின்றிக்
　　கனித்தமிழ்தான் வாழ்வதில்லை!
நாக்கிலே தெய்வம்
　　நடத்தியதோர் தேன்மொழியோ
வாக்கிலே தேவி
　　வரவழைத்த பொன்மொழியோ
பன்னீரா யிரம்பாட்டுப்
　　பாடினான் கம்பனவன்!
சொன்னயமா பொருள்நயமா
　　தொடரும் உவமைகளா
என்னென்ன அம்மம்மா!
　　எடுத்தெழுத வார்த்தையிலை!
கள்ளிருக்கும் மலர்க்கூந்தல்
　　ஜானகியைக் காட்டுவதில்

ஐந்தாவது தொகுதி

உள்ளிருக்கும் கள்ளெல்லாம்
 ஓடும் நதியாகும்!
முள்ளிருக்கும் மலருண்டு;
 முறைதெரியாக் கவியுண்டு
உள்ளிருக்கும் தவறெண்ணி
 உலகம் நகைப்பதுண்டு!
புள்ளிருக்கும் ஆலமரம்
 புலவரெலாம் தங்குமரம்
வெள்ளம் பெருக்கெடுக்கும்
 வியத்தகுமோர் கங்கைநதி!
கம்பனது பாட்டில்
 களங்கமே ஏதுமிலை!
அவையடக்கம் சொன்னானே
 அதிலே அவைஅடக்கம்!
வான்மீகி சொன்ன
 வடமொழிநூல் ஒன்றினைத்தான்
தேன்பூசித் தருகின்றேன்
 செந்தமிழில் என்றுசொன்னான்!

சீதைக்குத் தமிழ்நாட்டுச்
சேலையினைக் கட்டிவைத்தான்
ஸ்ரீராமன் ஒழுக்கத்தில்
தென்னாட்டுப் பண்புவைத்தான்
தசமுகனைக் காட்டுங்கால்
தனைப்பெற்று வளர்த்துவிட்ட
திசைமுகத்தை மறக்காமல்
சிறப்பாகப் புகழ்ந்துரைத்தான்!
உடனே இருந்து
உண்ணவைத்த செஞ்சோற்றுக்
கடனுக்கோர் கும்ப
கன்னனையும், நல்லவழி
நடப்பதே நன்மையென
நல்லறங்கள் போதித்த
வீடணனையும் காட்டி
வேறான தத்துவத்தைக்
கூறாக வைத்துக்
கொள்வோர்கள் கொள்கஎன்றான்!

குருதியிலே பாசம்
 கொப்புளிக்கும் இலக்குவனை
இறுதிவரை ராமனுடன்
 இணைத்துவைத்த பாவனைகள்
உடன்பிறந்தார் தங்களுக்குள்
 உள்ள உறவுகளைக்
கடனென்று காட்டும்
 கவிதைச் சிகரமன்றோ!
தம்பிதான் இந்தத்
 தரணிதனை யாள
மகுடம் கிடைக்கும்என
 மாமுனிவன் சொன்னதற்கே
நாடு துறந்தானே
 நல்லிளங்கோ, அவன்தம்பி!
மகுடம் உனக்கிந்த
 மண்டலமும் உனக்கென்று
தந்துவிட்ட பின்னாலும்
 தவவேடம் தான்கொண்டு

அண்ணனது காலணியை
  அரசாள வைத்தானே
பரதன், அவனிந்தப்
  பாரதத்து மூத்ததம்பி!
செந்தமிழர் நாட்டுக்குத்
  திரைப்படங்கள் சிறுகதைகள்
காட்டுகின்ற பாத்திரங்கள்
  கணத்துக்கோர் தத்துவங்கள்
எல்லாம் இரவல்;
  எதிலும் முழுமையில்லை!
குடிக்காமலே போதை
  குடியேறி நிற்பதுபோல்
படைக்கின்ற பாத்திரங்கள்
  படித்தவரைத் தொடுவதில்லை!
கம்பனது பாத்திரங்கள்
  காலத்தின் சாத்திரங்கள்!
தந்தை இறந்தான்
  தசரதனின் புகழ்பாடிக்

ஐந்தாவது தொகுதி

❋

கம்பன் புலம்புகிறான்
　　கனிந்தமகன் வழியாக;
எந்நாளும் நல்லவர்க்கு
　　இப்பாடல் பொருந்தாதோ?
சொல்லுகிறேன் சொல்லுகிறேன்
　　சொல்லிக்கொண் டேயிருக்க
எண்ணுகிறேன் ஆனால்
　　இவ்வவையில் நேரமில்லை!
மனோன்ம ணீயமென்னும்
　　மகத்தான நாடகத்தைச்
சொன்னாரே, அந்தச்
　　சுந்தரனார் சொன்னதுபோல்
'கடல்குடித்த குருமுனிஉன்
　　கரைகாணாக் குருநாடில்
தொடுகடலை உனக்குவமை
　　சொல்வதும் வியப்பாமே!'

அவ்வளவே ஐயன்மீர்
   அடியேனின் முன்னுரையும்;
இவ்வளவே! வாழ்க!
எல்லார்க்கும் என்வணக்கம்!

(இக்கவிதை, புதுச்சேரி, கம்பன் கழகத்தின் சார்பில் நடைபெற்ற கம்பர் விழாக் கவியரங்கில் தலைமை ஏற்றுப்பாடிய முன்னுரையாகும்.)

கூட்டல்

முச்சங்கங் கூட்டி
 முதுபுலவர் தமைக்கூட்டி
அச்சங்கத் துள்ளே
 அளப்பரிய பொருள்கூட்டி
சொற்சங்க மாகச்
 சுவைமிகுந்த கவிகூட்டி
அற்புதங்க ளெல்லாம்
 அமைத்த பெருமாட்டி!
வட்டிக் கணக்கே
 வாழ்வென் றமைந்திருந்த
செட்டி மகனுக்கும்
 சீர்கொடுத்த சீமாட்டி!
தோண்டுகின்ற போதெல்லாம்
 சுரக்கின்ற செந்தமிழே!
வேண்டுகின்ற போதெல்லாம்
 விளைகின்ற நித்திலமே!
உன்னைத் தவிர
 உலகில்எனைக் காக்க

பொன்னோ பொருளோ
    போற்றிவைக்க வில்லையம்மா!
என்னைக் கரையேற்று
    ஏழை வணங்குகின்றேன்!
....
மலையளவு நெஞ்சுறுதி
    வானளவு சொற்பெருக்கு
கடலளவு கற்பனைகள்
    கனிந்துருகும் கவிக்கனிகள்
இவைதலையாய் ஏற்றமுற்று
    இளந்தலைகள் வாழ்த்தொலிக்க
அவைத்தலைமை ஏற்றிருக்கும்
    அன்புமிகும் என்தோழ!
கூட்டத்தைக் கூட்டுவதில்
    கூட்டியதோர் கூட்டத்தின்
நாட்டத்தை நாட்டுவதில்
    நற்கலைஞன் நீயிலையோ!
அந்தச் சிரிப்பலவோ
    ஆளையெல்லாம் கூட்டிவரும்

✱ 177 ✱
ஐந்தாவது தொகுதி
✱

அந்தச் சிறுமீசை
    அப்படியே சிறைப்படுத்தும்!
சந்திரனைப் போலத்
    தகதகவென்றே ஒளிரும்
அந்த வழுக்கையில்தான்
    அரசியலே உருவாகும்!
எந்தத் துயரினிலும்
    இதயம் கலங்காதோய்!
முந்துதமிழ்த் தோழ!
    முனைமழுங்கா எழுத்தாள!
திருவாரூர்த் தேரினையே
    சீராக்கி ஓடவிட்டுப்
பல்கும் மழைத்துளியைப்
    பரிசாகப் பெற்றவனே!
கருணாநிதித் தலைவ!
    கவிதை வணக்கமிது!
....
போட்ட கணக்கிலொரு
    புள்ளி தவறாமல்

கூட்டிக் கழித்துக்
குறையாப் பொருள்வளர்க்கும்
நாட்டுக்கோட்டை மரபில்
நானும் பிறந்தவன்தான்
ஆனாலும் என்கணக்கோ
அத்தனையும் தவறாகும்!
கூட்டுகின்ற நேரத்தில்
கழிப்பேன்; குறையென்று
கழிக்கின்ற நண்பர்களைக்
கூட்டுவேன்; கற்பனை
பெருக்குவேன்; அத்தனையும்
பிழையென்று துடைப்பத்தால்
பெருக்குவேன்; ஏதேதோ
பெரும்பெரிய திட்டங்கள்
வகுப்பேன்; வகுத்ததெலாம்
வடிகட்டிப் பார்த்தபின்பு
சிரிப்பேன்! அடடா! நான்
தெய்வத்தின் கைப்பொம்மை!

179
ஐந்தாவது தொகுதி

அன்றொருநாள் எந்தன்
 அப்பனோடும் என்அன்னை
ஒன்றாமல் சற்றே
 ஒதுங்கிக் கிடந்திருந்தால்
என்பாடும் இல்லை!
 என்னால் பிறர்படைத்த
துன்பங்க ளில்லை!
சுகமாய் அவர்கண்ட
கூட்டலினால் என்னைஇங்கே
 கூட்டிவந்து விட்டுவிட்டார்
கூட்டிவந்து விட்ட
 குறைமதியை என்தோழர்
மேடையிலே கூட்டி
 விளையாட விட்டுவிட்டார்
எத்தனையும் கூட்டி
 ஐந்தொகை போட்டுப்பார்த்தால்
இத்தனைநாள் வாழ்வில்
 எதுமிச்சம்? என்அன்னை

தந்த தமிழன்றிச்
சாரம் எதுவுமில்லை!
'போனால் போகட்டும்
போடா! இறந்துவிட்டால்
நானாரோ நீயாரோ!'
நல்ல பொழுதையெலாம்
அழுதே கழிக்காமல்
ஆடித்தான் பார்க்கின்றேன்!
கொத்தும் இதழழகும்
கொஞ்சும் இடையழகும்
சேலம் விழியழகும்
சேர்த்துப் பிறந்திருக்கும்
கோலக் கிளிமொழிகள்
கூட்டத்தைக் கூட்டுகின்றேன்!
கையில் மதுக்கிண்ணம்
கன்னி இளங்கன்னம்
காதலுக்கே தோன்றினான்
கவிஞன்எனும் வண்ணம்

181
ஐந்தாவது தொகுதி

இரவைப் பகலாக்கி
 இன்பத்தைக் கூட்டுகிறேன்!
அரசியலைப் பேசி
 ஆத்மச் சிறகுகளை
உரசிக் கொதிக்கவைத்த
 உற்பாதம் தீர்த்துவிட்டேன்!
உடைந்துவிட்ட கண்ணாடி
 ஒருமுகத்தைக் காட்டாது!
ஒடிந்துவிட்ட மரக்கிளையை
 ஒட்டிவைத்தால் கூடாது!
காலம் சிறிதென்
 கனவுகளோ பலகோடி!
காதல் ரசத்தினிலே
 கனியக் கவிபாடிக்
கனவில் மிதக்கின்றேன்
 கற்பனையில் நீராடி!
எண்ணிவந்த எண்ணம்
 எல்லாம் முடிந்ததென்று

கிண்ணம் உடைந்தால்என்
 கிறுக்கும் முடிந்துவிடும்!
பிறப்பில் கிடைக்காத
 பெரும்பெரும் வாழ்த்தொலியும்
இறப்பில் கிடைக்காதோ?
 என்கவிக்குத் திறமிலையோ?
அண்ணனுக்குப் பின்னால்
 அழுதுவந்த கூட்டமெலாம்
கண்ணனுக்குப் பின்னாலும்
 கதறிவர மாட்டாதோ!
'வாழ்ந்தநாள் வாழ்ந்தான்;
 வாழத் தெரியாமல்
மாண்டநாள் மாண்டான்!
 மானிடத்தின் நெஞ்சத்தை
ஆண்டநாள் ஆண்டான்!
 ஆண்டவனின் கட்டளையைத்
தோள்மீதில் ஏற்றுத்
 தொடர்ந்தான் நெடும்பயணம்'

ஐந்தாவது தொகுதி

என்பாரும், 'பாவி!
　　எவ்வளவோ பொருள்சேர்த்தான்
எல்லாம் தொலைத்தான்;
　　எம்மைக் கதறவிட்டுப்
போயினான்' என்று
　　புலம்பியழும் பிள்ளைகளும்
கூட்டத்தில் சேர்ந்துவரும்!
　　குழப்பம் முடிந்ததென
நிம்மதியும் சில்லோர்
　　நெஞ்சில் பிறந்திருக்கும்!
'ஏடா அவலம்;
　　என்னஇது ஒப்பாரி?'
என்பீரோ! சொல்வேன்!
　　எல்லாம் மனக்கணக்கு!
கூட்டல் எனஎன்பால்
　　குறித்துக் கொடுத்தவுடன்
கூட்டித்தான் பார்த்தேன்
　　குடைந்து கணக்கெடுத்தேன்

முடிவைத்தான் பாட
 முந்திற்றே யல்லாமல்
வாழ்வைநான் பாட
 வார்த்தை கிடைக்கவில்லை!

(இது கலைஞர் கருணாநிதி தலைமையில் சேலத்தில் நடைபெற்ற கவியரங்கில் பாடப் பெற்றதாகும்.)

பகுதி : ஐந்து

நான் கவிஞன்

வானளவு மாளிகையில் வாழ்ந் திருந்தேன்
மலையளவு புகழ்கொண்டு மகிழ்ந் திருந்தேன்
கானளவு தமிழ்ப்பாட்டில் களித் திருந்தேன்
கடலளவு செல்வத்தில் திளைத் திருந்தேன்;
நானளவு பார்த்ததிலே நானி லத்தில்
நமையடக்கம் செய்வதற்கு நிலமே இல்லை
ஊனளவு மானிடரே உம்மைக் கேட்டேன்
உலகளவு என்னளவும் ஒன்றே யன்றோ?

சொன்னபடி தூங்கி விட்டான்

முத்துமணிப் பல்லக்கு
முளைத்தெழுந்த சிறுகீரை
தத்துங்கிளி தேவ
தாருஉதிர்த்த இலை
கொத்துமலர் ஒன்றாய்க்
கூடிச் சமைத்தமுகம்
பத்துமா தங்கூடப்
பாலன்வய தாகவில்லை
செத்துக் கிடக்கின்றான்;
சிரித்தபடி கிடக்கின்றான்;
மைகலையாக் கண்மீது
மணிபதித்த சிப்பியென
சின்ன இமைமூடிச்
செல்வன் உறங்குகிறான்!
பூமியினை விட்டுப்
போவதுதான் சுகமென்றோ
சாமிகொடுத்த மகன்
தனைமறந்து தூங்குகிறான்?

'அவனை எழுப்பாதீர்
அப்படியே தூங்கட்டும்'
என்றேநான் எழுதியதன்
ஈரம் உலரவில்லை;
ஏழுநாள் ஆகுமுன்னே
இளங்கன்று தூங்கிவிட்டான்;
அறம்பாடி விட்டேனோ?
அறியேன்; சிறுகுருவி
திறம்பாட மாட்டாமல்
செத்தகதை பாடுகிறேன்!
பிள்ளைப் பருவத்தே
பிணமாய்க் கிடப்பதெங்கள்
இல்லத்தில் இல்லை;
இதுவரை நிகழ்ந்ததில்லை!
'தாத்தா'வென் றென்னைத்
தழுவப் பிறந்தமகன்
பூத்தாற்போல் பூத்துப்
பொழுதில் உலர்ந்துவிட்டான்!

*

நூறுவய தானவர்கள்
　　நோய்நொடிஇல் லாதிருக்கப்
பால்வடியும் பொன்னிதழைக்
　　காலன் பறித்துவிட்டான்!
கூற்றுவனுக் கென்ன
　　குணக்கேடோ நானறியேன்!
மக்கள் தொகையும்
　　வருங்காலச் சூழ்நிலையும்
தக்கஇடம் நமக்குத்
　　தாராதோஎன் றஞ்சி
சிக்கென்று கைச்சிறையில்
　　சிரிக்குமிளம் பூந்தோட்டம்
'பக்'கென்று வானில்
　　பறந்தோடி விட்டதம்மா!
பிஞ்சுமகன் போனான்;
　　பெரியவர்கள் வாழுகிறோம்;
மிஞ்சுவது யாதோ?
　　விளைவதுதான் எவ்விதியோ?

சஞ்சலமேன் அந்த
 தனிக்கருணைக் கண்ணனிடம்
நாமும் பறப்பவர்தாம்
 நாளையோ மறுதினமோ!

(கவிஞரின் பேரனும், பஞ்சு அருணாசலத்தின் இளையமகனுமான
கண்ணப்பன் பிரிவுத்துயரில் பாடியது)

பொதுமை காண்போம்

ஆழ்கடல் போந்து முத்தமெடுத் தோன்
அணிந்ததே இலைஅவன் கழுத்தில்
சூழ்நிலம் பிளந்து தங்கமெடுத் தோன்
தொட்டதல் லால்சுக மில்லை
பாழ்நிலம் புதுக்கிப் பயிர்களை வளர்த்தோன்
பசியெலாம் தீர்ந்ததும் இல்லை
வாழ்வதற் கென்றே மண்ணிடைச் சிலர்தான்
வந்தனர் கண்ணபி ரானே!

அடுக்குகள் பலவாய் மாளிகை எழுப்பி
அமைத்தவர்க் காங்கிடம் இல்லை
இடுக்கிலும் சந்து பொந்திலும் இருந்து
இழிவதே அவர்தம தெல்லை
நடுக்குறும் வாழ்வை நடத்துவர் அவரை
நாயினும் கீழெனு எண்ணி
மடக்குவர் மட்டும் வாழ்வது தானோ
வல்விதி கண்ணபி ரானே!

பரந்ததோர் நிலத்தை ஒருவர்கொள் ளாமல்
   பங்குபோட் டமைப்பதெம் வேலை
இரந்துணும் பேரே எவருமில் லாமல்
   எழிலுறச் செய்வதெம் வேலை
கரங்களின் வலிமை கட்டிய உலகம்
   கனத்தவர் கொள்வதை ஏலோம்
நிரந்தர மாயவர் சுதந்திரம் காண
   நிமிர்ந்தனம் கண்ணபி ரானே!

அறவழி மூலம் இவைவரு மென்றே
   அமைதிகொண் டுள்ளனம் இன்று
மறுவழி இல்லை எனும்படி தோன்றின்
   மறுபரி சீலனை செய்வோம்
மறவலி யாலும் அறவலி யாலும்
   மக்களிற் பொதுமையைக் காண்போம்
சிறுவழி காட்டினை பாரதப் போரில்
   தெய்வமே கண்ணபி ரானே!

கவி எழுதித் தொலைப்பதென்ன?...

மாதர்க்கோர் நீதியையும்
மாற்றார்க்கோர் நீதியையும்
மனிதர் கண்ட
சாதிக்கோர் நீதியையும்
சழக்கர்க்கோர் நீதியையும்
தலைவர் போகும்

பாதைக்கோர் நீதியையும்
பழிவாங்கும் நீதியையும்
பார்த்த பின்னும்
நீதிக்கோர் பாண்டியனை
நிதம்பாடிப் புகழ்வதிலே
நியாயம் என்ன?

பொற்போடும் வாழஒரு
புகலின்றி வழியின்றிப்
புனிதங் கெட்டுப்
பற்போட இடமின்றிப்
பலர்கூடிக் கடித்துண்ணும்
பஞ்சை யாகி

நிற்பாளைத் தமிழ்நாட்டு
நிலந்தோறும் நிதங்காணும்
நிலையைக் கண்டும்
கற்போடும் கண்ணகியாள்
கதைபேசித் திரிவதிலே
கனிவ தென்ன?

பொய்பேசிச் சந்தையிலே
பொருள்விற்று ஊரேய்க்கும்
புல்லர் கூட்டம்
கைவீசி வலம்போகக்
கள்ளமனம் அரங்கேறக்
கால மெல்லாம்

மெய்வாசம் அடிக்காத
மேதைகளைத் தமிழ்நாட்டு
மேடை கண்டும்
மெய்பேசும் அரிச்சந்தி-
ரன்கதையை விளம்புவதில்
விளைவ தென்ன?

195
ஐந்தாவது தொகுதி

கொள்ளுவதுங் கொள்ளாமல்
கொடுப்பதுவுங் கொடுக்காமல்
குறைகள் கண்டால்
தள்ளுவதைத் தள்ளாமல்
தழுவுவதைத் தழுவாமல்
தரத்தை ஆய்ந்து

உள்ளுவதில் உயராமல்
ஒருசிறிதும் நன்றியெனும்
உணர்வில் லாமல்
வள்ளுவனைப் புகழ்வதிலே
வண்டமிழர் தாங்காணும்
மகிமை என்ன?

பெற்றாரை மதியாரும்
பிறந்தாரை வெறுப்பாரும்
பிழைகள் கோடி
உற்றாரைத் துதிப்பாரும்
உதவாரைப் புகழ்வாரும்
உவந்து நூலைக்

கற்றாரை மிதிப்பாரும்
கடல்போலத் தமிழ்நாட்டில்
காணும் போது
நற்றாயே! தமிழே! உன்
நலம்பாடிப் புகழ்வதிலே
நன்மை என்ன?

வாழ்நாளில் துயர்சூழ்ந்து
வறுமையிலே மனஞ்சோர்ந்து
வகையி ழந்து
'பாழ்நூலைக் கற்றோமே
பயனிலையே' என்றெண்ணிப்
பரித வித்து

வீழ்வாரைத் தாங்காமல்
வெற்றுரைகள் சொல்வாரை
வியந்து போற்றிச்
சூழ்வாரை நான்கண்டும்
தொலையாமற் கவிஎழுதித்
தொலைப்ப தென்ன?

வருகிறது வெள்ளி விழா

இனியதோர் சுதந்தி ரத்தை
இருபத்தைந் தாண்டு காலப்
புனிதமென் றகத்தே கொண்டு
போற்றினோம் உயர்ந்தோம்; இன்று
மனிதர்கள் சமமே சூழ்ந்த
மதங்களும் சமமே யாக
மனிதருள் உயர்ந்தோன் நேரு
வகுத்தனன்; நினைப்போம் நன்று!

எண்ணரும் தொழில்கள் கண்டோம்
எழிலொடும் வலிமை கொண்டோம்;
கண்ணிமை காவல் போலக்
கருத்திடை இருத்திக் கொண்டோம்;
புண்களும் உதித்த வேனும்
புதியதோர் மருந்து கண்டோம்;
விண்ணவர் மலர்கள் தூவ
வியத்தகும் ஒருமை பெற்றோம்!

கணக்கிலா மொழிகள் ஜாதி
	கவறாடும் சிறியோர் கூட்டம்
பிணக்குகள் இருந்த வேனும்
	பிரிவிலும் உறவை வைத்தோம்;
மணக்குமோர் மலர்மா லைக்குள்
	மலர்பல வடிக்கும் வாசம்
கணக்கிலே புதுமை காட்டும்
	கணிதத்தை இங்கே பெற்றோம்!

இத்தனை நாட்கள் இந்த
	இளைய தோர் பாரதத்தை
சத்திய நெறியை, வாழ்க்கை
	சமதர்ம முறையை எல்லாம்
பத்திர மாகக் காத்த
	பண்பினை இனியும் கொள்ளல்
தத்தம துரிமை என்று
	தாயக மனிதர் கொள்க!

ஐந்தாவது தொகுதி

*

ஆடுக! விழாக் கோலத்தில்
அரங்கங்கள் அமைக்க, நற்பயன்
பாடுக 'நாங்கள் இந்தப்
பாரதப் புதல்வர்' என்று!
சூடுக மலர்மா லைகள்;
சொல்லுக 'ஜெய்ஹிந்த்' என்று!
நாடுக ஒருமைப் பாடு
நமக்கெல்லாம் ஒன்றே வீடு!

தொடங்குக இன்றே நாடு
தூயநல் விழாவைக் காண!
இடங்களில் கொடிகள் நட்டு
இணையிலாத் தலைவர் தங்கள்
படங்களை அமைத்து வண்ணப்
பந்தல்கள் பலவும் போட்டு
அடங்கியோர் எழுந்த நாளை
அகிலமெல் லாமும் சொல்க!

அவர்களை வாழவிடுங்கள்

கொழுநனை இழந்தாள் குறுகிய நாளில்
குங்குமம் மஞ்சளும் இழந்தாள்
அழுவதொன் றன்றி அமைதியொன் றின்றி
அழியவே பிறப்பென நினைந்தாள்
விழுதுகள் போலக் கூந்தல் விழுந்தும்
வெண்மலர்ச் சரங்களை மறந்தாள்
பழுதிலாப் பாவை பழமையைக் காக்கப்
பருவமே பொய்யெனக் கிடந்தாள்!

மங்கலக் கணவன் மடிந்தபின் அவளும்
மாள்வதே விதியென வகுத்தோம்
மங்கையர் குலங்கள் மட்டுமே வாழ்வின்
மறுமணம் பெறுவதைத் தடுத்தோம்
பொங்குமோர் பருவம் பொசுக்குமே யென்னும்
புத்தியில் லாமலே கழித்தோம்
இங்குநாம் பெண்ணுக் கிடர்செய்தோ மன்றி
இதுவரை வாழவா விடுத்தோம்?

ஐந்தாவது தொகுதி

❋

‘வாழ்கிறாள்’ என்று மங்கையைச் சொல்லும்
வார்த்தையே காதல்வாழ் வன்றோ!
வாழுமோர் அன்பன் மறைந்தபின் னாலும்
மறுபடி வாழலா மன்றோ?
சூழ்கிறாள் துன்பம் காலகா லங்கள்
துயரவ ளன்றியா ரறிவார்?
தாழ்கிறோம் முன்னைச் சடங்குகள் எண்ணிச்
சரிசெயும் திறமையிங் கிலையோ?

இன்றுநான் கண்டேன் செட்டிநாட் டரசர்
இயற்றிய விதவையின் வாழ்வு;
நன்றவர் செய்கை; நகரமே நாளை
நடஅவர் காட்டிய வழியில்!
தென்றலே! எங்கள் செந்தமிழ்த் தாயே!
திருமண மக்களை வாழ்த்து
மன்றலே! நீயோர் வாழ்வினைத் தந்தாய்
மனங்கனிந் துனக்கொரு வாழ்த்து!

நல்லறங் கண்டார் நற்பணி புரிந்தார்
நமக்கிது முதன்முதற் புரட்சி!
இல்லறம் வேண்டும் இளமைசேர் பெண்ணுக்(கு)
இனிதொரு மணவினை நடத்திக்
கல்லெனக் கிடந்தாள் சிலையென எழுந்து
கலைபெற வைத்தனர்; ஆக
சொல்லினால் உம்மை துதிசெய்யப் போந்தேன்
தூயனே செட்டிநாட் டரசே!

(சென்னையில் 1-6-72 அன்று நகரத்தார் சமூகத்தில் நடந்த முதல் சீர்திருத்தத் திருமணம். இதை வரவேற்று வாழ்த்தி எழுதப்பெற்ற கவிதை.

*மணமகன் : அழ. லெட்சுமணன் பி.எஸ்.சி.,
மணமகளின் இறந்து போன கணவனின் தம்பி
பெயர் : அழ. ராமநாதன்.)*

வாழிய மனையறம்

காதலர் இருவர் கருத்தொரு மித்து
ஆதர வானால் ஆனந்தம் எனக்
கூறிய வள்ளுவன் குறளின் படியும்,
மங்கல மங்கையர் மனையறம் பற்றச்
செப்பிய இளங்கோ செய்தியின் வழியும்
இருவர் ஒருவராய் இயங்கும் இயக்கம்
திருமண மென்னும் செவ்வற மாகும்!
வாழ்க்கை என்பது வஞ்சியர் தமக்கு
மணந்த வனுடனே வாழும் வாழ்க்கையே!
மாளிகை செல்வம் வாகன சுகங்கள்
மற்றவை கூடினும், மனையறம் இன்றேல்
பெண்ணின் பிறப்பே பேதமை யாகும்!
ஆயிரம் கல்வி அறிவெனத் தேறினும்
ஆடவன் வாழ்வும் அன்புடை மனைவி
இல்லா தாயின் இல்லா தாகும்!
இல்லற மென்னும் நல்லறஞ் சேர்ந்து
இன்பம் துன்பம் இரண்டிலும் இணைந்து

ஏற்றமோ தாழ்வோ எதையும் பகிர்ந்து
மாற்றமில் லாத மனத்தோடும் மகிழ்ந்து
அந்தியும் பகலும் அவனும் அவளும்
மந்திரம் போட்டு மயங்கியவர் போல்
வாழும் வாழ்வே வளமிகு வாழ்வாம்!
அவ்வழி மணமகன் அன்புறு மணமகள்
ஒன்றாய் இணையும் உயர்வுறு திருநாள்
இன்றே! அவர்கள் இல்லறம் ஏற்று
பழந்தமிழ் இமையும் கலந்தது போல
கண்ணும் இமையும் கலந்தது போல
வாழிய எனவே வாழ்த்தும் யாமே!
வாழிய மனையறம் வாழிய! வாழிய!

(திருமணம் ஒன்றிற்கு எழுதிய வாழ்த்து)

இந்தியா இந்திரா!

இந்திய மலைகள் தோறும்
    இந்திரா பேர்கேட் டாயா!
இந்திய நதிகள் எங்கும்
    எதிரொலி கேட்கின் றாயா!
இந்தியக் கடல்கள் முற்றும்
    இயங்கிடும் இசைகேட் டாயா!
இந்தியா இந்தி ராவே;
    இந்திரா இந்தி யாவே!

வீழ்ந்தது வகுப்பு வாதம்,
    வெகுஜன விரோதப் போக்கு!
தாழ்ந்தது மன்னர் கொற்றம்;
    தளர்ந்தது செல்வர் கொட்டம்!
சூழ்ந்தது வெற்றிச் சேனை;
    தொடர்ந்தது நன்னாள் நோக்கி!
ஆழ்ந்தநல் அறிவின் மக்கள்
    அளித்தனர் ஒருகை வேதம்!

பற்றுக ஒன்றை; அந்தப்
பாதையில் செம்மை சால்க!
முற்றிலும் நாட்டை எண்ணி
முனைகஉன் கண்ணும் நெஞ்சும்;
வெற்றிஉன் படியில் ஏறும்
வியத்தகு புகழும் சேரும்!
கற்றது இதுதான்; இந்தக்
கணக்கிலா வெற்றி யாலே!

நல்லரச மைத்தாள்; மக்கள்
நலனெலாம் சமைத்தாள்; அன்று
கொல்புலி அனையா ளாகிக்
கொடுத்தனள் வங்கம் வாழ!
வல்லர சென்றே இந்த
வையத்தில் பாரத நாட்டை
நில்லென வைத்தாள்; எங்கள்
நிகரிலா ஜவாஹர் செல்வி!

*207 *

ஐந்தாவது தொகுதி

*

பலகோடிக் கால்கள் செல்லும்
பாதையும் ஒன்றே கண்டோம்!
பலகோடிக் கண்கள் பார்க்கும்
பார்வையும் ஒன்றே ஆனோம்!
விலைகோடி கொடுத்தோ மேனும்
வெற்றிமேல் வெற்றி கண்டோம்!
சிலைகோடி வைத்தாற் கூடச்
செல்விக்கு ஈடா காது!

எமதர்மன் வேலை கெட்டான்;
எல்லோரும் வாழ்வோம்! நாளை
சமதர்மம் பூத்துக் காய்த்து
சரஞ்சரக் கனிகள் நல்கும்!
நமதொரு மைப்பா டாலே
நாட்டையே ஒன்றாய்க் காண்போம்!
இதயமே! குமரிக் காற்றே!
இந்தியா இந்தி ராவே!

அந்த மனிதனை அழையுங்கள்

அந்த மனிதனை அழையுங்கள் ; உங்கள்
அன்னை கோவிலுக்(கு) அவனோர் கோபுரம்
முன்னம் உலகின் முடியுடை மன்னன்
தன்னந் தனியே தவம்புரி கின்றான்!
பன்னாள் உலகைப் பரிபா லித்தவன்
தன்னால் இன்னும் தாய்பெறும் சேவை
ஆயிரம் உண்டவன் அதற்கோர் இலக்கணம்!
மூவா முனிவன் முன்னூ றாண்டுகள்
காணா வாழ்வைக் களிப்புறத் தந்தவன்
சேர்ந்தோர் தவறால் இவன்தவ றானான்
இருந்த இடமே இடுக்கண்; அலாது
வளர்ந்த முறையும் வாழ்ந்த தன்மையும்
நாணயம் நேர்மை நன்மை மிகுந்தன!
வெள்ளி மாடத்து வேந்தன் இளங்கோ
பள்ளி விடுத்துப் பாரர சொழித்துக்
கோமுனி என்னக் குறைத்துவாழ்ந் ததுபோல்

209
ஐந்தாவது தொகுதி

வாழும் மன்னனை வரவு வையுங்கள்!
அவனால் இன்னும் ஆவன கோடி
அவனை நம்புவோர் ஆயிரம் ஆயிரம்!
வண்டினம் முரல மயங்கும் பொய்கையின்
வெண்டா மரையை வேரறுக் காதீர்!
குற்றம் நாடிக் குணமும் நாடிடின்
குற்றம் பத்து! குணமோர் ஆயிரம்!
செல்லும் தேரில் சிறுதவ றுண்டு
உள்ளம் தவறில்லை; உலகம் அறியும்!
நல்லோர் மேலோர் நன்றியை மறவார்
வல்லான் வீட்டு வாசல் தட்டுக!
தந்தை ஒருநாள் தடியால் அடிப்பினும்
தந்தை தந்தையே; தழுவுவான் மறுநாள்!
அந்த மனிதனை அழையுங்கள்; உங்கள்
அடுத்த கட்டத்தை அழகுற நடத்த!
அந்த மனிதனை அழையுங்கள்; ஐயா!
இந்த நானிலம் இன்புறு தற்கே!

மாநில சுயாட்சி !

குதிரைஒரு முட்டைஇட
    கோழிஅதை அடைகாக்கக்
        குட்டியானை பிறக்கும்;
    குரங்குவயிற் றிருந்துவரும்
        புனுகுஜவ் வாதுஅதில்
        குங்குமப் பூவிருக்கும்;

மதுரைநகர் ஒருநாளில்
    வானிலே பறந்தோடி
        மாமண்டூர் அருகில்இறங்கும்;
    மாங்காயின் உள்வாயில்
        தேங்காயும் இளநீரும்
        மாதுளம் பழமுமிருக்கும்!

அதிசயங் காணலாம்
    மாநிலசு யாட்சியில்
        அடையவா என்தோழனே!
    ஆறறிவில் ஓரறிவு
    போனவர்கள் அனைவரையும்
        அழைக்கின்றேன் வருகவென்றே!

தாயகச் செல்வன்

இருள்வழி உலகம் சென்றே
 இயல்வழி மறந்த நாளில்
பொருள்வழி மனிதர் உள்ளம்
 புகைபடக் கிடந்த நாளில்
மருள்வழி மான்கள் போல
 மனிதர்கள் நடந்த நாளில்
அருள்வழி விவேகா னந்தன்
 அறமெனப் பிறந்தான் மாதோ!

மந்தைகள் பறவைக் கூட்டம்
 வாழ்வது போல வாழ்ந்தார்
சந்தையில் இதயம் விற்கும்
 சரித்திரம் படைத்தார் நாட்டில்
இந்துவென் றொருவன் சாற்றி
 இயற்பெருந் தருமம் கூறிச்
சந்திரன் போலே வாழ்ந்த
 சரித்திரம் விவேகா னந்தன்!

தானிடர்ப் படும்போ தெல்லாம்
 தாயகம் ஒருவன் நல்கும்
மானிடர் குலத்தில் இந்த
 மாதவம் இயற்கைச் செல்வம்!
ஊனிடர்ப் படுவ தோரா(து)
 உயிரிடர்ப் படுவ தோர்ந்த
வானிடைத் தெய்வம் போன்றான்
 மண்ணிடை விவேகா னந்தன்!

(விவேகானந்தர் பிறந்த தினத்திற்காக 'ராமகிருஷ்ண விஜய'த்தில் எழுதியது.)

கம்பனுக்கு சடையப்பன்; எனக்கு?...

மனிதரைத் தான்பாட
மாட்டேனென் றேனன்றி
வள்ளல் தம்மை
புனிதரைப் பாடுவேன்
புலவரைப் பாடுவேன்
பூத்துக் காய்த்து
கனிதரும் மரங்களை
காசிலாத் தலைவரைக்
கால மெல்லாம்
இனிதுறப் பாடுவேன்
இசைபெறப் பாடுவேன்
இயன்ற வாறே!

கள்ளமில் லாதுயான்
கழித்ததோர் வாழ்வினில்
கருணை மிக்க
உள்ளமென் றொன்றையோ
உறவெனும் ஒன்றையோ
உணர்ந்த தில்லை!

✻

வெள்ளமென் றன்பினை
வியத்தகும் அளவினில்
விளங்க வைத்த
வள்ளலாம் சின்னப்ப
தேவரைப் பாடிநான்
வழுத்து வேனே!

காலத்தால் உதவியும்
கருணையும் இரக்கமும்
கண்கள் பொங்க
சாலத்தன் அன்பினைத்
தருதலும் தழுவலும்
சைவ மேலோர்
கோலத்தில் இருத்தலும்
கொள்கையில் நடத்தலும்
குவிந்த வள்ளல்
ஞாலத்தில் ஒருவரே
சின்னப்ப தேவரே
நானு ரைப்பேன்!

❋215 ❋

ஐந்தாவது தொகுதி

❋

பொன்னப்பன் கம்பனைப்
புகழப்ப னாக்கிடப்
பொருள் கொடுத்துத்
தன்னப்ப னாக்கினான்
சடையப்ப னென்னுமோர்
தனித்த வள்ளல்!
என்னப்ப னென்னிடம்
காட்டாத அன்பினை
எந்த நாளும்
சின்னப்பன் காட்டினான்
திருமிக்க வாழ்ந்தவன்
செழிக்க மாதோ!

சொல்லாண்டு பாடுவேன்
சுவையாண்டு கூறுவேன்
சொற்க ளாலே
கல்லான ஒன்றையும்
கனியாக மாற்றுவேன்
களத்தில் அன்று

வில்லாண்ட விஜயனாய்
விதியாண்ட கண்ணனாய்
விளங்க வேண்டிப்
பல்லாண்டு பாடினேன்
சின்னப்ப தேவனே
பழுத்து வாழ்க!

✱ ✱ ✱